அபிதா

லா.ச.ராமாமிர்தம்

டிஸ்கவரி புக் பேலஸ்

கே.கே.நகர் மேற்கு, சென்னை - 600 078.
(பாண்டிச்சேரி கெஸ்ட் ஹவுஸ் அருகில்)
Ph: 044-4855 7525 Mobile: +91 9940446650

அபிதா (நாவல்)
ஆசிரியர்: லா.ச.ராமாமிர்தம்

ABITHA (Novel)
AUTHOR: LA.SA.RAMAMIRTHAM

முதல் பதிப்பு: செப்டம்பர்-1970,
டிஸ்கவரி முதல் பதிப்பு: அக்டோபர் - 2015
Discovery
1st Edition : Oct- 2015, 2nd Edition : Dec- 2018
3rd Edition : Nove- 2020

Pages : 104, ISBN: 978-93-84301-47-7

Discovery Book Palace (P) Ltd,
6, Mahaveer Complex,
Munusamy Salai,K.K.Nagar West,
Chennai - 600 078.
Ph: +91 - 44-4855 7525, Mobile: +91 87545 07070

E-mail: discoverybookpalace@gmail.com,
Website: www.discoverybookpalace.com

Rs. 100

உங்கள் மொபைல் போனில் ஸ்கேன் செய்து
டிஸ்கவரி புக் பேலஸின் மொபைல் ஆப்பை
டவுன்லோடு செய்து, புத்தகங்களை வாங்குங்கள்.

ஹைமவதிக்கு

அம்பாளின் பல நாமங்களில் அபிதகுசாம்பாளுக்கு நேர்த்தமிழ் 'உண்ணாமுலையம்மன்', இட்டு அழைக்கும் வழக்கில் பெயர் 'அபிதா'வாய்க் குறுகியபின், அபிதா = 'உண்ணா,' இந்தப் பதம் தரும் பொருளின் விஸ்தரிப்பில், கற்பனையின் உரிமையில், அபிதா= 'ஸ்பரிசிக்காத', 'ஸ்பரிசிக்க இயலாத' என்கிற அர்த்தத்தை நானே வரவழைத்துக்கொண்டேன்.

லா.ச.ரா.

வண்டியின் கதிவேகத்தில் எதிர்வண்டிகள் மேலேயே சரிந்து விடும் போல் கடந்தன. மில்களின் ராக்ஷஸப் புகைப் போக்கிகள், மில் காம்பவுண்டில் நிலக்கரி மலைகள், ரயில் திடீரென இறங்கும் பள்ளத் தாக்குகள், உடனே தொத்திக் கொண்டு ஏறும் சரிவுகள், மலைகள், மலையைக் குடைந்து சுரங்கங்கள், சுரங்கத்துள் நுழைந்ததும் ஓட்டச் சத்தம் அன்றி மற்றனைத்தும் அதனுள் மூழ்கிப் போன காரிருள், சுரங்கத்தினின்றும் வெளிப்பட்டதும் கண்ணை உறுத்திக் கொண்டு பெருகும் ஒளி வீழ்ச்சி, அகன்ற மைதானங்கள், அடர்ந்த காடுகள், காடுகளில் மேயும் மான் கூட்டங்கள் தலை நிமிர்கையில் மேலே கிளை பிரிந்த கொம்புகள், கட்டான் கட்டானாய் வண்டி வேகத்தில் முகம் திரும்பும் வயல்களில் பயிர்களின் பச்சை நடுவில் சிவப்பும் மஞ்சளும் வெள்ளையும் உதாவுமாய் ஆண் பெண்களின் ஆடைகள், கூந்தல் முடிச்சுகள், கொண்டைகள், வானில் பகல் பூரா சூர்யசக்கரம் உழுது உருண்ட பாதையில் முளைத்துப் பழுத்துப் பல ரங்குகளில் சாய்ந்த ஒளிக்கதிர்கள், புலவியில் பூமியைக் கவ்விக் கடித்து மேல் கவிந்த வான்கவானில் சிந்திய விந்துவெனக் கட்டிய நக்ஷத்ரக் கூடுகள், நேரம் முதிர்ந்து எழுந்து தோப்புகளிடையே எங்களுடன் கூடவே குதித்து ஓடிவரும் நிலா திடீரெனக் கிளைகளின் சிக்கலினின்று விடுபெற்று ஆகாய வீதியில் உருண்டதும் பாலத்தடியில் உருவிவிட்ட ஜல ஜரிகையின் தகதகப்பு, 'திடும் திடும்' என அதிர்ந்து கொண்டு எங்களைக் கடக்கும் பாலங்களின் இரும்புத் தூலங்க –

இத்தனையும் கோத்து ஊடுருவிய உள்சரடாய் வண்டியின் பெருமூச்சு; ஒரு சமயம் அதன்

ஊதல் உவகையின் எக்காளம்; ஒரு சமயம் வேகத்தின் வெற்றிப் பிளிறு; மறுசமயம் அது இழுத்துச் செல்லும் சிறு உலகத்தின் சுமை கனத்தினின்று இழுத்த பாகாய், அது செல்லுமிடம் சேரும் வரை, அதன் கர்ப்பத்தில் தாங்கிய அத்தனை மக்களின் அவரவர் விதியின் தனித்தனி சஞ்சலங்கள், பிரிகள் ஒன்று திரித்த ஓலக்குரல் தீனக்குரல் –

சாவித்ரி முகம் பூரா விழிவட்டம்.

முந்தாநாளிரவிலிருந்தே பச்சைக் குழந்தை மாதிரி ஜன்னலோரத்தைப் பிடித்துக் கொண்டுவிட்டாள்.

அவளைப் பார்த்தால் ஒரு பக்கம் சிரிப்பு வருகிறது. அடக்கிக் கொள்கிறேன். வலது பொட்டில் அடை நரை தோய்ந்திருக்கிறது. (நரையை ஒப்புக் கொள்ள மாட்டாள். “பூசணிக்காய் நறுக்கிய கையோடு நினைவு மறதியா தொட்டுண்டுட்டேன்.” இன்னொரு சமயம் அதுவே தேனைத் தொட்ட கையாக மாறிவிடும்.) கொஞ்ச நாளாகவே இடது கண்ணில் நீர் வடிகிறது. கண்ணாடி போட்டுக் கொள்ள மறுக்கிறாள். முகம் கெட்டு விடுமாம்.

“அப்படி ஒரு கண் அவிஞ்சு போனால் இன்னொண்ணு இருக்கு. அதுவும் போச்சுன்னா, கையைப் பிடிச்சு, அழைச்சுண்டு போய், ‘இதுதாண்டி தாஜ்மஹால்’, ‘இதுதான் காஞ்சிபுரம் கைலாசநாதர் கோவில்’, ‘இதுதான் அகண்ட காவேரி’, ‘இதுதான் நம் பூர்விகம், சொந்த மண்ணைத் தொட்டுக் கண்ணில் ஒத்திக்கோ, வாயில் கூட கொஞ்சம் அள்ளிப் போட்டுக்கோ’ன்னு அப்புறமாவது இடம் இடமா அழைச்சுண்டு போய்க் காண்பிக்க நீங்கள் இருக்கேள். இல்லையா? அப்படி ஒரு கொடுப்பினை இல்லாட்டாலும் போறது. காலடியில் கல் தடுக்கினால் பிடிச்சுக்க மாட்டேளா? ஏன் சும்மாயிருக்கேள்? ‘ஆஹா அதுக்கென்ன?’ன்னு மெப்புக்கேனும் சொல்லக் கூட வாயடைச்சுப் போச்சா? புருஷாளே இப்படித்தான்” – என்று எங்கேனும் கொண்டு போய் முடித்து, மூக்கைச் சிந்தி, உறிஞ்சி, சிடுசிடுத்து அடுத்தாற்போல் சிரித்துத் தானே ஓய்ந்துவிடுவாள்.

“ஆமாம், நான் இப்படியெல்லாம் இல்லாட்டா நீங்கள் எனக்குக் கட்டியிருக்கும் அசட்டுப் பட்டத்தை எப்படி நிலை நாட்டிக்கறது?”

பாவம், அவள் ஆத்திரப்படுவதில் ஆச்சர்யமில்லை. நானாவது வியாபார நிமித்தமாய் சுற்று வட்டாரம் போய் மீள்வதுண்டு. பிரயாணத்துக்கே அவளுக்கு வாய்ப்பில்லை. எங்களுக்கு

உறவுகள், வேண்டியவர் வேண்டாதவர் எல்லோரும் எங்களைச் சுற்றியே இருந்துவிட்டார்கள். அத்தனை பேரும் அவளைச் சார்ந்தவர்களே. பிழைப்பைத் தேடி தூரதேசம் வந்துவிட்ட இடத்தில் எனக்கென்று தனியாகத் தாயாதிகளை முளைக்க வைக்க முடியுமா?

கண்டதே காக்ஷி

கொண்டதே கோலம்

வந்ததே லாபம்

இன்று இப்படிப் போச்சா?

நாளை என்னவாகுமோ?

என நேரத்தைக் காசாக எண்ணி எண்ணிக் கழித்த அந்நாளில்:

"அதோ அந்த வீட்டில் இன்று சமாராதனை"

"இந்தக் கோவிலில் உச்சி வேளைக்கு உண்டைக் கட்டி"

என்று எனக்குக் கைஜாடையாகவே வயிற்றுக்கு வழிகாட்டியவன் எவனாயினும் அவன் வயதுக்கு என் வயது ஏற்ப என் அண்ணனோ தம்பியோ; தாகத்துக்குத் தவிக்கையில் ஏந்திய கையில் கிண்டி மூக்கு வழியோ குடத்து வாய் வழியோ ஜலம் வார்த்தவள் என் தங்கையோ, தாயோ.

போன புதிதில் நாட்கள் இப்படிக் கழிந்த ஒரு வாரத்துள் ஒரு நாள் வயிற்றில் ஈரத்துணி, கண்ணில் உசிரை வைத்துக் கொண்டு சத்திரத்துத் திண்ணையில் அண்ணாந்து படுத்து, கூரை விட்டத்தில், என் கண்ணுக்குத் தெரியாமல், கண்ணில் நிற்கும் உசிருக்கு மட்டும் தெரியும் என் விதியேட்டைப் படித்துக் கொண்டிருக்கையில், மெனக்கெட்டு காரை நிறுத்தியிறங்கி என்னிடம் வந்து:

"யாரப்பா நீ? முகத்தில் காவேரித் தண்ணி தெளிந்து நிக்கறதே!" என்று தானே பேச்சுத் தொடுத்து, விவரம் வாங்கிக் கொண்டு, "சரி சரி – இதோ என் பிஸினெஸ் விலாசம்; நாளைக் காலை பத்து மணிக்கு வந்து சேர்" என்று உத்தியோகம் தந்தவன் கடவுள்.

முதலாளி சொற்படி வரவுசெலவுக்கு இரண்டு கணக்கு எழுதினாலும் என் கணக்கு இரண்டுமே அவருக்குப் பிடித்திருந்தது.

சுருட்டினது போக, சுரண்டினது போக, எஞ்சியது அசலுக்கு லாபம் என்கிற கணக்கில் லாபம் பெருகி, நாளடைவில் லாபம்,

முதலை விழுங்கிய பின், லாபத்திற்கு லாபம் திகட்டல் தட்டின பிறகு, நஷ்டமென்பது லாபத்தில் நஷ்டம்தான்.

ஆனால் அந்த மனுஷன் தொட்டதெல்லாம் பொன். செல்வமும் இருக்குமிடத்தில் தான் சேர்ந்து கொண்டிருக்கும் என்பது அனுபவ ருசு. அவருக்குக் குறைவில்லை. அதனால் எனக்கும் குறையில்லை.

ஒரொரு சமயம் எனக்குத் தோன்றுவதுண்டு, அன்று பட்டினியில் சத்திரத்துத் திண்ணையில் அண்ணாந்து படுத்து விட்டதில் என் விதியேட்டைச் சரியாகத்தான், என்னை அறியாமலே படித்திருக்கிறேன்.

விளக்குக்கு ஏற்றினால் வெளிச்சம்.

ஆனால் விடிவு என்னவோ வேளையில் தான்.

பிறகு ஒரு நாள் மாலை, என்னை அவர் வீட்டுக்குக் கூட்டிப் போய், ஊஞ்சலில் தனக்குச் சரியாக உட்கார வைத்துக் கொண்டு:

"சாவித்ரீ! டிபன் கொண்டு வா!" என்று அழைத்து அவள் வந்ததும்:

"சாவித்ரீ, நமஸ்காரம் பண்ணு. பின்னால் இவன் உனக்குத் தோப்புக் கரணம் போட்டால் அது இவன் தலையெழுத்து. இப்போ நீ நமஸ்காரம் பண்ணுவதுதான் முறை. என்னப்பா, உனக்கு 'ஷாக்'கா? நான் 'பிஸினெஸ்' பண்றதே இப்படித்தான். சம்பந்தம் பண்றது ஒரு பெரிய 'பிஸினெஸ் டீல்' தான். உன் குலம், கோத்ரம் உன்னைக் கேட்டு நான் தெரிஞ்சுக்க வேண்டாம். என் பெண்ணை உனக்குக் கொடுக்க இந்த ரெண்டு வருஷமா உன்னைப் பற்றி எனக்குத் தெரிஞ்சது போதும். எல்லாமே தெரிந்த வரைக்கும் தானே! மிச்சமெல்லாம் துணிச்சல்தான். வாழ்க்கையின் நியதியே துணிச்சல் தான். என் பெண்ணுக்குத் தாயில்லாக் குறை ஒன்று தவிர வேறு பெருங்குறை யாரும் சொல்லிவிட முடியாது. பணக்காரப் பெண்ணுக்கு, பரிசாரகன் போட்டுக் கொடுத்த காப்பியை வெள்ளி டம்ளரில் ஆற்றிக் கொடுக்கத்தான் தெரியும், வேறொண்ணும் தெரியாது என்று நீ எண்ணாதே. வற்றல் குழம்பு, நாக்கு ஒட்டிக்கச் செவக்க, உணக்கையா சாவித்ரி நன்னா பண்ணுவாள். வற்றல் குழம்பும் சுட்ட அப்பளாமும் நம் சீமைக் குலதெய்வம். விருந்து சாப்பாட்டையெல்லாம் அதன் காலில் கட்டியடிக்க வேண்டும். எல்லா விருந்துக்கும் மருந்து அதுவே விருந்து. என்ன சொல்கிறாய்?"

8 | அபிதா

"இன்னிக்கும் வத்தல் குழம்புதான்!" சாவித்ரி கை கொட்டிச் சிரித்தாள். அவள் சிரிப்பு விளிம்பு உடைந்த சிரிப்பு. அவள் பற்கள் பளீரிட்டன. ("சாதாரண நெல் உமியைச் சுட்டுக் கரிப்பொடி தான். ஆண்கள் நீங்கள் கொண்டாடும் பேஸ்ட் அல்ல. பேஸ்ட்டுக்கு எனக்குப் பொறுமை கிடையாது.") சிரிக்கையில் புருவ நடுவில் மூக்குத் தண்டு சுருங்கிற்று.

"உங்கள் மாப்பிள்ளை வரப்போறார்னு என்னிடம் ஒரு வார்த்தை முன் கூட்டிச் சொன்னேளா? இதோ ஒரு நிமிஷம் பொறுத்துக்கோங்கோ. நாம் பேசிண்டிருக்கற நேரத்துக்கு சர்க்கரையும் சாதமும் நிமிஷமா கரைஞ்சுடும். வீட்டுக்குப் பெண்ணும் நானே, பெண்ணைப் பெத்தவளும் நானேன்னு இருக்கு; நான் என்ன பண்ண முடியும்? அப்பாவே எப்பவுமே இப்படித்தான்! ஆனால் நான் தனியா சொல்ல என்ன இருக்கு? அவர் சுபாவம் இத்தனை நாளில் உங்களுக்கே தெரிஞ்சிருக்குமே!"

மனம்விட்ட அவள் சிரிப்பில், என்னுடன் அவள் உடனே நேரிடையாகக் கொண்ட சகஜத்தில், எனக்குத் தன் சம்மதத்தைத் தெரிவித்த முறையில், அவள் பெண்மைக்குப் பங்கம் கற்பிக்கும் படியில்லை. அவள் சொன்னபடி, அவள் சூழ்நிலை அப்படி.

ஆனால் சாவித்ரி ஒன்றும் சோடையில்லை. அவள் தனியழகு ஏதும் செய்து கொள்ளவில்லை.

ஆனால் செல்வத்துக்கே ஒரு களையுண்டு.

பிறவியிலேயே வளத்துக்கு ஒரு தோரணை உண்டு.

உத்யோகம் தந்தவன் கடவுள்.

பெண்ணைத் தந்தவன் மாமனார்.

மாமனாரானதோடல்லாமல், அந்தச் சுருக்கில், அதே சாக்கில், பாட்டாளியிலிருந்து வியாபாரத்தில் என்னைத் தன்னோடு கூட்டாளியாகவும் ஆக்கிக் கொண்ட பின், எங்களுக்குக் கண் மறைவாக, ஆனால் தவறாமல் எங்கள் காது படும்படி எனக்கு double event என, சிப்பந்திகளிடையே பேர் வழங்கலாயிற்று. முதலாளிக்கு மாப்பிள்ளை, சொத்துக்கும் தத்து.

ஆனால் அவர்கள் ஆத்திரத்தில் ஆச்சரியமில்லை. என் அதிர்ஷ்டம் எனக்கே பிரமிப்பாயிருக்கிறதே! கண் கூடாக நடப்பது கொண்டே கதை எழுதியாகிறதென்றாலும் கதையில் படிப்பது அனுபவமாக நிகழ்ந்திடில், அது சமாதானமாவதில்லை. அதில் கதையின் இன்பமில்லை. ஒரு தினுசான பீதிதான்

தெரிகிறது. எந்தச் சமயம் கனவு கலைந்து எப்போ நனவில் விழிப்போ எனக் கனவு கலையும் சமயத்திற்கஞ்சி நனவை நானே எதிர்கொள்ளக் கண்ணைக் கசக்கிக் கொள்கிறேன். ஆனால் நான் காண்பதாக நினைத்துக் கொள்ளும் கனவேதான் நான் கண்விழித்த நனவு எனத் தெளியத் தெளியக் குழப்பம் தான் கூடுகிறது.

மணமான புதிதில் சாவித்ரி என்னையடையத் தான் தான் அதிர்ஷ்டசாலி என்று சொல்லிக் கொள்ளும் போது எனக்கு ஒரு கேள்வி. அவள் பேச்சில் உபசாரம் எவ்வளவு, உண்மை எவ்வளவு?

உண்மையில் கேலியா?

உண்மையே கேலிதானா?

ராஜா மணந்த பிச்சைக்காரி ராணியாகிவிடலாம்.

ஆனால் ராணி மணந்த ஏழை, ராஜா இல்லை, என்றும் அவன் பிரஜைதான்.

இப்படி எனக்குத் தோன்றக் காரணம் என் சந்தேக மனப்பான்மைதானோ, அல்லது ராணியை மணக்கும் உச்சத்துக்கு உயர்ந்த பின் அதனாலேயே நேர்ந்த உச்சக்குலைவோ, அல்ல என் வறுமை நினைவுகளிலிருந்து முற்றிலும் எனக்கு விடுதலையில்லையோ, அல்ல என் சிப்பந்திகளின் மறைமுகமான ஏளனமோ – இவையெல்லாமே சேர்ந்ததோ – நிச்சயமாகத் தெரியாது. ஆனால் ஒன்று புரிந்தது. நாளடைவில், எங்கோ நினைப்பின் அடிவாரத்தில் மனம் கசந்தது.

என் வாழ்க்கை குறுக்குசந்தில் நுழைந்து தன் பாட்டை தப்பி விட்டது.

முதலாளி மகளை மணந்ததின் மூலம், எங்கோ, ஏதோ முறையில், என் நாணயம் பறிபோன உணர்வு.

குளிக்கப் போன இடத்தில், குளத்தில் மூழ்கின சமயத்தில், விரலிலிருந்து மோதிரம் நழுவி விட்டாற்போல்.

பிடிபடாத தாது இந்தக் கசப்பு, புரியாத கோபம், இனம் தெரியாத ஏக்கம், காரணம் காட்டாது ஏய்க்க ஏய்க்க, அதன் மூட்டம் மட்டும் எங்கள் உறவில் கவிந்தது.

அற்ப விஷயத்தில் தான் ஆரம்பிக்கும். அடியெடுத்துக் கொடுத்தவன் நானாவேயிருப்பேன். ஒரு சொல்லுக்கு எதிர்ச்

சொல் ஒன்பது சொல்; படிப்படியாக ஏறும் வார்த்தைத் தடிப்பில், சண்டையின் காரணம் மறந்து போய் வெற்றிக் கொடி கடைசி வார்த்தை யாருக்கு எனும் வீறாப்புத்தான் மிச்சம்.

ஆனால் சாவித்ரியிடம் ஒரு குணம். அவள் கசப்பற்றவள். அவள் don't care மாஸ்டர். வார்த்தைகளைக் கொட்டிவிட்டு கோபத்திலிருந்து விடுதலை கண்டு, நேர்ந்ததை நிமிஷமாக மறந்து உடனே கலகலப்பாகி விடுவாள். மறதி அவள் வெற்றி. அவள் உயர்ந்த சரக்குத்தான் எனும் இந்த உள்ளுணர்வே என் வேதனை. கடித்த பற்களிடையில் சொல்லத்தகாத வார்த்தைகள் நாக்கு நுனியில் எனக்குத் தவிக்கும்.

இடியும் மின்னலும் அடுத்துத் தடதடவென மழை. சண்டைப் போலவே சமரஸத்திலும் அவள் தான் முதல். ஆனால் பாம்புக்குப் படம் படுத்ததால் அதன் கோபம் தணிந்ததென்று அர்த்தமில்லை. சீற்றத்தின் வாலில் தொத்தி வந்த எங்கள் சமாதானமும் மூர்க்கம்தான். உண்மையில் அது சமாதானம் அன்று. வெட்கம் கெட்ட இளமை வெறி. அப்பட்டமான சுயநலத்தின் சிகரம். சண்டை வழி நிறைவு காணாத வஞ்சம் சதைமூலம் தேடும் வடிகால். ஊன்வெறி தணிந்ததும் மறுபடியும் தலைகாட்டுவது அவரவர் தனித்தனி எனும் உண்மைதான். தெளிந்ததனாலாய பயன் கசப்புத்தான்.

ஒரு கூட்டில் இரு புலிகள் வளையவந்தன. ஒன்றையொன்று கவ்விக் கிழித்துக் கொண்டு ஒன்றில் ஒன்று புதைந்து ஒரு பந்தாகி உருள்கையில் எந்த சமயம் சண்டையிலிருந்து சமாதானம், சமாதானத்திலிருந்து சண்டையென்று அவைகளே அறியா. மூலக் குரூரத்தின் இரு விள்ளல்கள்.

இம்மாதிரி முரட்டு வேளைகளின் அசதியின் இன்ப மயக்கத்தில் முனகுவாள்.

"ஒரு குழந்தையிருந்தால் நமக்குள் இவ்வளவு வேற்றுமை யிருக்குமா?"

"அது ஒண்ணுதான் குறைச்சல். எங்களால் முடியாமல் உங்களால் முடிந்தது இந்தக் குழந்தை பெறுதல் ஒன்றுதானே!"

அவள் எழுந்து உட்காருவாள். மறுபடியும் எங்களைச் சூழ்ந்த அந்தரம் சிலிர்க்கும்.

"எங்கள் வர்க்கத்தை நீங்கள் பழிப்பதன் அர்த்தம் என்ன? உங்கள் அம்மாயில்லாமல் உலகத்தில் நீங்கள் நேராவே entryயா? அவதார புருஷனாக்கும்!"

பதில் பேச இயலாமல் எனக்கு வாயடைத்துவிடும்.

என் தாயை நான் அறியேன். தோய்ப்பதற்குத் துணியைச் சுருட்டிக் கொண்டு வாய்க்காலுக்குச் சென்றவள் உச்சிவேளை தாண்டியும் திரும்பவில்லை.

ஊரெல்லாம் தேடிவிட்டு, பிறகு கழனிக்காட்டில் துரவு கிணற்றில் கண்டெடுத்து உடலைத் தூக்கிக் கொண்டு வந்தார்களாம்.

எங்கள் ஊரில் பெண்கள் கேணியில் இறங்கிக் குளிப்பதுண்டு.

ஆனால் என் தாய்க்குப் பழக்கமில்லை. அவளுக்கு நீச்சலும் தெரியாது.

நாலு பேர் நாலு விதமாகப் பேசிக் கொண்டனர்.

வயிற்றில் நான் நாலு மாதப் பூச்சியாயிருக்கையில், நடுநிசியில் எல்லோரும் அயர்ந்து தூங்கிக் கொண்டிருக்கையில் அம்மாவின் கை வளையலைக் கழற்றிக் கொண்டு ஓடிவிட்ட என் அப்பன், நான் பிறந்து மாதம் பத்தாகியும் இன்னும் திரும்பவில்லை.

"தாம்பூலம் மாற்றிக்கு முன் என்னை ஒரு வார்த்தை கலந்திருந்தால் நான் தடுத்திருப்பேனே" எனத் தவித்தவர் எத்தனை பேர்!

"எல்லாம் சொல்லிக்க வேண்டியதுதான்! ஏழை சொல் அம்பலத்திலேறுமா?" என்று ஒரு பொருமல்.

"நமக்கேன் பாடு! ஆயிரம் பொய்யைச் சொல்லியேனும் ஒரு கலியாணத்தைப் பண்ணுன்னு சாஸ்திரமே கட்டளையிட்டிருக்கு!" இப்படி ஒரு கக்ஷி தருமம் பேசிற்று.

"எப்பவுமே இப்படியே இருக்குமா? ஒரு முடிச்சைப் போட்டு வெச்சால் பையன் திருந்திடுவான்னு பார்த்தோம். மறைச்சு வெச்சுப் பண்ணிட்டோம்னு எங்களைக் குத்தம் சொல்ற நாக்கு அழுகித்தான் போகணும். பையன் இதுவரை எங்கள் கண்ணெதிரிலாவது உலாவிண்டிருந்தான். பொண்ணு எங்கள் வீட்டைக் கால் மிதிச்ச வேளை முதலுக்கே மோசம் வந்தாச்சு" என்று பிள்ளை வீட்டார் புலம்பினர்.

"இல்லாட்டா உங்கள் அந்தஸ்துக்கு இதுக்கு மேல் ஒஸ்தி என்ன எதிர்பார்த்தேள் சொல்லுங்களேன்! கேட்டுத்தான் தெரிஞ்சுக்கறேனே!" என நேருக்கு நேரே சவால் சிலர்.

“இந்தா நீ ரெண்டு மாதம் வெச்சுக்கோ. அப்புறம் கூடப் பிறந்த தோஷம் ஒரு மாஸம் என்கிட்டே இருக்கட்டும். அப்புறம் கடைக்குட்டி நம்மைவிடப் பச்சையா வாழறான். அவன் ஆறுமாஸம் போடட்டுமே! அப்புறம் வருஷம் முடியறதுக்குள் மறு சுத்துக்கு நம்மிடம் வந்துடப் போறாள்! சும்மாவா போடப் போறான்? அவனுக்கு வாய்ச்சவள் லேசுப்பட்டவளா ‘டேப்பா!’ விழி நரம்பிலிருந்து நார் உரிச்சுத்தானே தன் குழந்தை குட்டிகளுக்குச் சட்டை கவுனிலிருந்து தெறிச்சுப் போன பொத்தானைத் தைப்பாள்!”

உடன்பிறந்தான்மார்கள் இப்படி இட்ட பிச்சையும் விட்ட ஏலமுமாய் பிழைப்பு ஆனபின்னர், என்னதான் சதைத்தடிப்பானாலும் ஒருநாள் இல்லாவிட்டால் ஒருநாள் எந்தச் சொல் – எந்தத் தோளிடிப்பு – எந்த ஏளனப் புன்னகை எப்படித் தைத்ததோ? ஏற்கெனவே விளிம்பில் நடுங்கிக் கொண்டிருக்கும் கனத்தை இப்புறமோ அப்புறமோ தள்ளிவிட ‘பூ’ என்று வாயால் ஒரு ஊதலே போதும்.

நாலு பேர் நாலு விதமாகச் சொல்லிக் கொண்டனர்.

பழசு நினைவில் படமெடுக்கையில் காரணமற்ற கோபத்தில் காரணமிழப்பேன்.

“என் தாயை நீ ஒன்றும் சொல்லவேண்டியதில்லை!” சீறுவேன்.

“இதுக்கே உங்களுக்கு இப்படிப் பொத்துக்கறதே! என் வயிற்றில் பிறக்கப் போகும் பிள்ளைக்கும் அவன் தாயாரை நீங்கள் பழித்தால் அப்படித்தானே இருக்கும்!”

ஆச்சரியத்துடன் எழுந்து உட்கார்ந்தேன். என் கண்களில் தோன்றிய வினாவுக்குப் பதிலாய்:

“பிறந்தால் – என்று அர்த்தம்” ம்”என்பாள். அதில் என்ன திருப்தியோ?

இரண்டு வழியிலும் விருத்தியிலாத வம்சம்.

ஜன்னல் வழி உள்வழிந்த நிலவொளியில் ஆள் உயரப் படத்தினின்று அவள் தந்தை முகம் என்னைக் கடுக்கும். எனக்கு உடல், மண்டையெல்லாம் குறுகுறுக்கும். ஆள் போயும், படத்திலிருந்து என்னைக் கண்காணிப்பு.

படத்தை எங்கள் அறையிலிருந்து அப்புறப்படுத்த அவள் அடியோடு மறுத்து விட்டாள்.

"உங்களை அவர் என்ன செய்தார்? ஏன், தன் பெண், பங்கு, சொத்து எல்லாத்தையும் உங்களுக்கே கொடுத்து விட்டுப் போன குத்தமா?"

"ஏன், முடிந்தால் தன்னோடு எடுத்துக் கொண்டு போகட்டுமே!"

"இந்த மட்டும் கண்டுபிடிச்சு சொல்லிட்டேளே! நன்றியென்று ஒன்று நம்மிருவருக்குமே இருக்கட்டும்."

"நல்லெண்ணங்கள், உணர்வுகள் எல்லாமே உனக்குத் தானே பிறவியிலேயே சாஸனம், எனக்கேது? அப்பா மேல் பக்தியில் கால்வாசி, கொண்டவன் மேல் இருந்தால் நம் வாழ்க்கை எப்பவோ உருப்பட்டிருக்கும்."

"ஏன் இப்படி விஷமா கக்கறேள்? பக்தியென்று என்னிடம் என்ன எதிர்பார்க்கறேள்? என் தந்தையை நான் மறுத்து விட்டால் உங்களிடம் பக்தி கூடிவிட்டதா?"

உடனே மறுபடியும் சண்டை.

பேச்சுக்குப் பேச்சு பதிலுக்கு என் வாயை அடைக்கும் கேள்விகள் அவளிடம் எப்பவுமிருந்தது தான் என் புழுக்கம்.

புயல் கடைந்த கடலில் கட்டுமரம் அலையுச்சியின் நுரை கக்கலின் மேல் சவாரி செய்தால் என்ன, அலையிறங்கி மிதந்தால் என்ன? அலை ஓய்வது என்பதில்லை.

அடக்கி அடக்கித் திமிறத் தவித்த என் சீற்றத்தின் எதிரொலியாய், தாழ்வாரத்தில் மழைச்சாரல் சாட்டை வீசுகிறது. ஜன்னல் கண்ணாடியில் தாரை வழிந்த வண்ணம்தான். வெய்யில் பார்த்து நாள் மூணாயிற்று. அறையில் சுவர்கள் ஒட்டிய மூலைகளில் பகலிலேயே இருள் தேக்கத்தில் அவரவர் மனநிலைக்கேற்ப, உருவங்கள், முகங்கள், பெரும் வாய்கள், முழுவிழிகள், வீக்கங்கள் திரண்டு தம் ரஹஸ்யங்கள், அவஸ்தைகள் ஏதேதோ தம் ஊமையில் வெளியிட முயன்றன. அவைகளின் காலம் கடந்த ஏக்கம் நெஞ்சில் வண்டல் இறங்குகையில் தாளொணா அடிப்பாரம் மார்பை அழுத்துகிறது.

ஜன்னலுக்கு வெளியே, இன்னும் ஒரு பெரும் உடைப்புக்கு முஸ்திப்பாய் ஒரு மேகத்திரள் குமைகிறது. இந்தப் பக்கமே இடைநிலையென்பதே கிடையாது. மழை பெய்தால் ப்ரளயம். வெய்யில் காய்ந்தால் sunstroke தான்.

மெழுகுவர்த்தியுடன் சாவித்ரி அறையுள் வருகிறாள். நேற்றிரவே மின்சாரம் தோற்றுவிட்டது.

என் புருவங்களின் கீழிருந்து அவளை நோக்குகிறேன். அவள் கையில் பிடித்த மெழுகுவர்த்தியின் சுடரில் அவள் முகம் ரோஜாவின் செவ்விதழில் ஏற்றிக் கொண்டிருக்கிறது. எடுப்பான மூக்கின் கீழ், உதடுகள் சிற்பச் செதுக்கலில் அமைதியாக உறங்குகின்றன. நடு வகிடிலிருந்து கூந்தல் வங்கி வங்கியாய், நீர்வீழ்ச்சி போல் இருமருங்கிலும் இறங்குகிறது. அவள் உடுத்திய மஞ்சள் 'ஸேட்டின்' சேலை, அங்கத்திரட்சிகள் மேல் பாயும் அலைகளில், இந்த முக்கால் இருள், மிச்சம் கால் ஒளியாட்டத்தில் புலிக்கோடுகள் பிறந்து விளையாடுகின்றன.

ஜன்னல் கட்டைமேல் மெழுகின் உருக்கை இரண்டு சொட்டு சொட்டி அதன் மேல் வத்தியை நட்டுவிட்டு நகர்கிறாள். அவள் நிழல் பெரிதாய்ச் சுவரை ஆள்கிறது. சாவித்ரியின் உடல்வாகும் சற்று வாளிப்புத்தான்.

என் காலடியில் தரையில் அமர்கிறாள்.

புலி.

கையை எடுக்காது வரைந்த ஒரே கோட்டின் வளைவு நெளியான ஓட்டம்போல் அவள் உருவம், எனக்கு விட்டுச் சொல்ல இயலா ஏதோ முறையில், மெழுகுவர்த்திச் சுடரொளியில் இந்த அறையின் தோற்றத்துடன் – ஏன், இந்த வேனிலோடேயே இழைந்திருக்கிறது. நாங்களே இந்த சமயத்தின் ஓவியத்தின் வண்ணக் குழைவில் கலந்து, ஓவியம் உயிருடன் மிளிர்வதாய்த் தோன்றிற்று. அபூர்வமான அமைதி எங்கள் மேல் இறங்கிற்று. அதன் இதவை ஸ்பரிச பூர்வமாகவே உணரமுடியும் போல் அத்தனை மெத்து. புலியும் ஆடும், பாம்பும் இரையும், சாவித்ரியும் நானும் இந்த சமயத்துக்கு சமாதானம்.

சோகச் சாயை படர்ந்து கவித்வம் நிறைந்து நெஞ்சில் பாயும் இந்த அருவியின் கரையில் எத்தனை நேரம் இப்படியே அமர்ந்திருந்தோமோ!

புயலின் மையம் அமைதி.

ஜன்னல் கண்ணாடிமேல் மழை தாரை வழிந்த வண்ணமிருந்தது.

சகுந்தலையின் கண்ணீர்.

"பளிச்" "பளிச்" மின்னல் போல் வலி கொடிபிரிந்து மார்புள் பாய்ந்தது. மாரைப் பிடித்துக் கொண்டேன். ப்ராணன் போய்விடும் வலி. ப்ராணன் போய்விடாதா?

"என்ன யோசனை?" சாவித்ரியின் குரல் எங்கிருந்தோ வந்தது. "என்ன என்னவோ போலிருக்கேள்? எதை நினைச்சுண்டிருக்கேள்?"

"கரடிமலை" என்றேன். தொண்டை கம்மிற்று. வார்த்தை என்னிடமிருந்து பிடுங்கிக் கொண்டு வந்தது.

"கரடிமலையா?" அவள் புருவங்கள் கேள்வியில் நெறிந்தன.

"நான் எங்கிருந்து இங்கு வந்தேனோ அந்த இடம்" சுதாரித்துக் கொண்டேன். எனக்கே ஆச்சரியமாயிருந்தது. என் புது வாழ்வைப் பற்றிக் கொள்ளும்பாடில், பற்றிய பின் மேல் படர்ந்த பாசியில், எத்தனை வருடங்களின் புதைவின் அடியினின்று கரடிமலை இப்போது எழுந்தது!

"கரடிமலை என்பது ஒரு குன்று. குன்றின் பெயரே ஊருக்கு. கரடி நின்று கொண்டிருப்பது போல் குன்றின் உருவம்."

"ஓ!"

கரடிமலையின் நினைப்புடன் சாவித்ரியைப் பார்க்கையில் யாரோ அன்னியளைப் பார்ப்பது போல் இருந்தது. தூக்கத்திலேயே நடந்து வந்து திக்குத் தெரியா இடத்தில் விழித்துக் கொண்டாற் போல். யார் இவள்? ஓ, குறுக்கே முளைத்த மனைவியல்லவா?

"ஏன் ஒரு மாதிரியா இருக்கேள்?"

"இருக்கேனா என்ன?"

திடீரென என் பக்கமாய்ச் சாய்ந்து என் கால்களை அணைத்துக் கொண்டாள்.

"இந்த சமயம் நீங்கள் ரொம்ப அழகாயிருக்கேள்." பேச்சு மூச்சாய் எரிந்தது. "சில சமயங்களில் நீங்கள் ரொம்ப நன்னாயிருக்கேள். திடீர்னு வயசில் பாதியுதிர்ந்து சட்டையுரிச்சாப் போல். புருவம் மட்டும் நரைக்காமல் இருந்தால் இன்னும் நன்னாயிருப்பேள். நீங்களா மாட்டேள். நான் மையைத் தீட்டி விடட்டுமா?"

"புருவம் நரைக்காமல் இருந்தால் நன்னாயிருப்பேன்."

"தலை நரைக்காமல் இருந்தால் ரொம்ப நன்னாயிருப்பேன்."

"நெற்றியில் கோடு விழாமல் இருந்தால் ரொம்ப ரொம்ப நன்றாகயிருப்பேன்."

என்னுடன் ஆமோதனையில் தலையைப் பலமாக ஆட்டினாள்.

"இன்னும் சற்று சதைப்பிடிப்பாயிருந்தால் – கழுத்து இவ்வளவு நீளமாக இல்லாமலிருந்தால்"

தலைநிமிர்ந்து என்னைச் சந்தேகத்துடன் நோக்கினாள். நான் கேலி பண்ணுவது இப்போதுதான் அவளுக்குத் தெரிந்தது.

"உன் நிபந்தனைகள் இனி சாத்யமில்லை. அன்று, முதன் முதலாய் உன்னைப் பார்க்க இந்த அரண்மனைக்கு உன் தகப்பனார் என்னை அழைத்து வந்த போதே தோன்றியிருக்க வேண்டும். தவிர–"

"ஏன் நான் வாயைத் திறந்தாலே என்னை வெட்டிக் கிணற்றில் போடக் காத்துண்டிருக்கேள்?"

அவள் இடைமறிப்பைக் காதில் வாங்கிக் கொள்ளாமலே அதே மூச்சில் பேசிக் கொண்டே போனேன். எனக்கு லேசாய்த் திணறிற்று.

"தவிர, இந்த 'கண்டிஷன்கள்' எல்லாம் எங்களுக்குத்தான். உங்களுக்குத்தான் ஒரு வயதுக்கப்புறம் வயது முழங்காலுக்குக் கீழ் நின்றுவிடுமே!"

அவளுக்குச் சிரிப்பு பீறிட்டது.

"ஆமாம், உனக்குச் சிரிப்பாய்த்தானிருக்கும்!" எனக்கு ஏன் இவ்வளவு எரிச்சல்? அவளைப் பார்க்கவே திடீரென்று வெறுப்பாயிருந்தது. மொழுமொழுவென்று அந்த உடல், பெரிதாய், சற்று மேட்டு விழிகள், சிரிப்பில் பளீரிடும் பல் வரிசை, மோவாய்க்குழியில் இயல்பாய் ஒரு மறு, மோவாய்க் கடியில் லேசாய் உருப்படர்ந்து கொண்டிருக்கும் இன்னொரு மோவாய் – கன்னக் கதுப்புகள் – அங்கங்கள் ஒவ்வொன்றும் தனித்தனியாகக் கண்ணைக் கரித்தன.

"இல்லை, நீங்கள் சொல்ற தினுசு வேடிக்கையாயிருக்கு."

அவள் பக்கமாகச் சட்டென்று குனிந்தேன்.

"இதெல்லாம் எதற்குப் பீடிகை? சமாதானம் பண்ணிக் கொள்கிறாய் என்று அர்த்தமா?"

"ஆமாம்! சமாதானம்! வெற்றி!" உதட்டைப் பிதுக்கினாள். "என்ன அர்த்தமற்ற வார்த்தைகள்!"

"என்ன, ஞானோதயமோ?"

அவளுக்குக் கோபம் வரவில்லை. எங்கோ நினைப்பாய் என் பாதங்களை வருடினாள். "அலுப்புன்னு வெச்சுக்கோங்கோளேன்! உங்கள் வெற்றியை விட என் தோல்விதானே உங்களுக்கு முக்கியம்! அப்படியேதானிருந்துவிட்டுப் போகட்டுமே!"

நான் அசதியுடன் தலைசாய்ந்தேன். எனக்குத் திருப்தியில்லை. தன் தோல்வியை அவள் தானே என்னிடம் தாம்பூலத் தட்டில் தந்தது, அதுவே அவள் வெற்றியாய்த் திரிந்து என் தொண்டையடியில் கசந்தது. இப்படித் தணிந்து, அவளை அவள் இயற்கைக்கு விரோதமாய்ப் பார்க்கவும் பிடிக்கவில்லை. ஒருவருக்கொருவர் ஒருவரிடமிருந்து ஒருவர் என்ன தான் வேண்டுகிறோம்? வாழ்க்கையில் இதற்குள்ளேயே இவ்வளவு தெவிட்டல். பாக்கி நாள் கழிப்பதெப்படி?

ஒரு பெரும் இடி தூரத்தில் பிறந்து உருண்டு கொண்டே நெருங்கி வந்து தலைமேலேயே போல் நொறுங்கியது. யாக குண்டத்திலிருந்து எழுந்த அக்னிதேவன் கையில் ஏந்திய வெள்ளிப் பாயஸக் கிண்ணம் போல், அறை ஒரு வினாடி மின்னலில் பளீரிட்டு, அறையில் முன்னிலும் காரிருள் கவிந்து சூழ்ந்து கொண்டது. பலத்த மழை மறுபடியும் பிடித்துக் கொண்டது. மரங்கள், ஒப்பாரியில் தலைவிரி கோலத்திலாடின. இலைகளின் சந்து வழி, காற்று கத்தியே தன் காமத்தைத் தீர்த்துக் கொள்வது போல் ஊளையிட்டது.

பக்கத்து அறையில் ஜன்னல் கதவுகளும் வாசற்கதவுகளும் 'பட்பட்'டென்று அடித்துக் கொண்டன.

சமையலறையில் ஏதோ சாமான் உருண்டது.

சாவித்ரி கவனிக்க எழுந்து சென்றாள்.

இத்தனை அமர்க்களத்தினிடையே ஜன்னல் கண்ணாடி மேல் மழை தாரை ஒன்றன்பின் ஒன்று இடையறாது வழிந்த வண்ணமிருந்தது.

மௌனக் கண்ணீர்.

சகுந்தலை இப்படித்தானிருப்பாள்.

மோனதாரை கழுவக் கழுவ கண்ணாடியே துல்லியமான மிருதுவாகிக் கொண்டிருப்பது போல் தோன்றிற்று.

இத்தனை பெருக்கின் மூலக்காரணம் ஜலத்துளியின் முதற் கசிவிடம் போல் புஷ்பாஞ்சலியில் நெகிழ்ந்த இறைவனின் இதயம் இப்படித் தானிருக்குமோ?

குன்றையே அணைப்பது போல், அந்த இடத்தில் ரயில் லாடமாய் ஒடிந்தது. எத்தனை நாள் இந்த வளைவை நானும் சகுந்தலையும் நின்று வேடிக்கை பார்த்திருப்போம்! ரயில் கடந்த சூட்டில் துண்டித்து விழுந்து கிடக்கும் பாம்பின் துடிப்புப் போல், தண்டவாளத்துக்கு மூச்சு இறைப்பது போல் எங்களுக்கு ஒரு ப்ரமை.

"அம்பி, இதில் ஒரு நாள் ஏறி நீ போய்விடுவையோன்னோ?"

"ஆமாம். கரடிமலையிலிருந்து தப்ப வேறு என்ன வழி?"

எங்கள் பின், எங்கள் மேல், மலை முன்னங்கால்களைத் தூக்கிக் கொண்டு ஓங்கி நின்றது.

கடவுளுக்கு அஞ்சலி செலுத்துகிறது என்று ஐதீகம் கொண்டாடிற்று. ஆனால் கரடி எங்களை அணைக்க வந்ததென்ற நினைப்பில் கூசி, எனக்குக் கண்கள் தானே மூடிக் கொள்ளும்.

மலைமேல் குருக்கள் பூஜை செய்கிறார். அடிவாரத்தில் அவருக்குக் காத்திருக்கிறோம்.

"நான் ரயிலில் போனதேயில்லை."

"நிஜம்மா? ஒரு தடவை கூட?"

"எங்கள் உறவுக்காராள் ஊருக்கெல்லாம் ரயில் கிடையாது. எல்லாம் சுற்று வட்டாரத்தில், கிட்டக்கிட்ட. மாட்டு வண்டி, கால்நடை. மழை வந்துட்டா ஆறு தாண்டப் பரிசல் –" அவள் என்னைப் பார்க்கவில்லை. எதிரே கத்தாழைப் புதரில் எங்களைக் காட்டிக் கொடுப்பது போல் கழுத்தையாட்டும் ஓணான் மேல் அவள் கவனம்

பதிந்திருந்தது. அவளே அப்படித்தான். பேச்சு இங்கே, பார்வை எங்கோ.

"சக்கு, நீ என்னோடு வந்துடறையா?"

ஒரு வயதுப் பெண்ணிடம் இவ்வளவு துணிச்சலாக வார்த்தைகள் எப்படிப் பல்லைத் தாண்டின எனும் வியப்பினின்று பின்னர் நான் முற்றிலும் மீண்டதில்லை.

அவள் பார்வை மெதுவாய் என் பக்கம் திரும்பிற்று. அதில் நான் கண்டது அல்க்ஷியமா? அதிர்ச்சியா? என்னையே அடையாளம் தப்பிப்போன திடீர் மறதியா? அவள் விழிகளின் ஆழம் எனக்கு என்றுமே பிடிபட்டதில்லை. நான் அறிந்தமட்டில் அவைகளில் என்றுமே காட்டில் விட்ட திகைப்பு. எந்த இருட்டினின்று இந்தப் பிறவியுள் வழி தப்பி மிதந்து வந்து விட்ட உயிர்க்கீறல்? அவ்ள் விழிச் சிமிழ்கள் மெதுவாய்த் திறந்து நிறைந்து வழிந்து கன்னங்களில் கண்ணீர் அருவி கண்டது. அவள் அதைத் துடைக்க முற்படவில்லை.

எத்தனை நேரம் இப்படியே மௌனமாய் நின்றோமோ! நித்தியத்துவத்தினின்று சிந்தி உருண்ட கண்ணீர்த்துளி விரிந்த இரு பாதிகள் எனக் காட்டும் முறையில் எங்கள் மேல் கவிந்த வான் கிண்ணமும், எங்களை ஏந்திய பூமியின் வரம்பும் கண்ணுக்கெட்டிய தூரத்தில் விளிம்பு கட்டின. நாங்கள் அதனுள் மாட்டிக் கொண்ட கண்ணீரின் நிழல்கள்.

குன்றின் உச்சியினின்று தீபாராதனை மணியின் கார்வை எங்கள் மேல் தீர்க்கமாய் இறங்கிற்று.

காலத்தைத் தடுத்து நிறுத்திய இந்தத் தருணத்துக்கு மணியோசைதான் சாக்ஷி. குருக்களின் கைத்தட்டில் கடவுளை வட்டம்வரும் கற்பூரச் சுடர் சாக்ஷி. இத்தனை வருடங்கள் தான் இருந்தது தெரியாமல் நினைவில் மூழ்கிக் கிடந்த இந்த வேளை, திரும்பவும் நெஞ்சில் முகடு கண்டதும் பரபரப்புத் தாங்க முடியவில்லை. மார்க்குலையில் ஒரு கை தவித்தது.

"ஏன், நெஞ்சு காஞ்சு போச்சா? இந்தாங்கோ ஒரு முழுங்கு குடியுங்கோ"

என் தொண்டையின் அடைப்பு சாவித்ரிக்குப் புரியாது. புரியவைக்கவும் நான் முற்படவில்லை. டம்ளரை அவளிடமிருந்து வாங்கிக் கொண்டேன்.

ஆனால் சில நாட்களாகவே மாடிப்படியேறினால் மார்பு படபடக்கிறது. சற்று வேகமாக நடந்தால் மூச்சு இறைக்கிறது. டாக்டர் 'ஸ்டெத்'தை வைத்து சோதித்து விட்டுச் சிரிக்கிறார்.

"அதெல்லாம் ஒன்றுமில்லை. Heartbeat quite perfect. ஜீரணக் கோளாறாயிருக்கலாம். அல்லது மனதில் ஏதாவது idea pressure இருந்தாலும் இந்த மாதிரியெல்லாம் நேர்வதுண்டு. இதை எங்கள் பாஷையில் psychosomatic என்போம். பாட்டியம்மா பாஷையில் 'உடம்பு கால்; மனசு முக்கால்' என்று அதற்கு அர்த்தம். பாட்டியம்மா பாஷைன்னா சூள் கொட்டாதேங்கோ ஸார்! அதுதான் எழுத்தையும் மீறி, வழிவழியர் பாட்டி பேத்திக்குச் சொல்லி, பேத்தி பாட்டியாகி அவள் பேத்திக்குச் சொல்லி வழக்கில் வந்த உயிர்ப்பாஷை. நம்ம பாஷையை விட அதில் தான் உண்மை அதிகம்" இப்படி ஆரம்பித்து பேச்சை எங்கோ கொண்டு போவார். அடித்துக் கேட்டால், "பேச்சும் ஒரு 'ட்ரீட்மென்ட்', எல்லாக் கோளாறுக்கும் ஒரே கட்டு மாத்திரை" என்பார்.

ஆனால் கூடவே ஒன்று. சில விஷயங்களைப் பகிர்ந்து கொள்ள மனம் வருவதில்லை. குரோதங்களைப் புதைக்க இடம் வயிறு, இன்பங்களுக்கு இதயம் என்று என் துணிபு. இரண்டுமே ஊமைக் காயங்கள்தான். ஸ்புடத்தினின்று நெஞ்சுக்கு சாவகாசமாய் வரவழைத்துக் கொண்டு குமுறுகையில், அல்ல, கரைகையில், அப்போது கடைந்து உடல் பூரா பரவுவது நஞ்சோ அமுதமோ, அசைதரும் சுவை அவரவர்க்குத் தனி. இதை மனைவியே ஆனாலும் பகிர்ந்து கொள்வது எப்படி? அதுவும் சாவித்ரியுடனா?

"உங்களைப் போல் நீங்களே இருங்கள். நான் இருக்க வேண்டாம். 'மனசில் ஒண்ணும் வெச்சுக்கத் தெரியாதவள்; வெகுளி'ன்னு கட்டின அசட்டுப் பட்டம் அப்படியே இருந்துட்டுப் போகட்டும். யாரும் என் நெஞ்சில் உப்புமண்ணை வெச்சு நெருட வேண்டாம். வயத்துலேயே வெச்சுண்டு வெடிக்காமல் உப்பி உப்பி, செத்தாலும் வேகாத பச்சைப் புண்ணாய் அழுகிண்டு இருக்க வேண்டாம். கட்டையிலே வெச்சதும் காஷ்டம் காஞ்சதா, தணல் பட்டவுடன் பஸ்மமா போச்சுதா? அதுவே என் வெள்ளை மனசுக்கு அத்தாக்ஷியாக இருக்கட்டும்."

பிராசம் எப்படித்தான் பெண்களுக்குக் கூடவே பிறக்கிறதோ!

குன்றை ரயில் பாதி ப்ரதக்ஷிணம் செய்கையில் சுண்ணாம்பும் செங்காவியும் ஒழுகிக் காய்ந்து போன கல்படிக்கட்டு கீழிருந்து

கிளம்பிச் சீறி வளைந்து ஏறி உச்சி மேல் அடர்ந்த பச்சையுள் புகுந்து மறைந்தது. குன்றின் அடிவாரத்தில் படிக்கட்டு ஆரம்பிக்கும் இடத்தில் மொத்தாகாரமாய், முகம் தேய்ந்து கல்லில் ஒரு உரு, சிற்பி செதுக்க ஆரம்பித்துப் பாதியில் விட்டது, நந்தியுமில்லை நாயிலும் சேர்த்தியில்லை. தலைமுறை தலைமுறையாகப் படிக்கட்டைக் காவல் காத்துக் கிடக்கிறது.

மலையுச்சியில் கருவேலங் காட்டுள், மரத்தடியில் எழுந்தருளியிருக்கும் திருவேலநாதரை எனக்கு நன்கு தெரியும். கோபுரமா, கூரையா, பந்தலா ஒன்று கிடையாது. பக்தர்கள் எழுப்பப் பார்த்தும் ஒத்து வரவில்லை. ஒன்று கூரை சரிந்தது; இல்லை கொத்தனுக்குக் கால் ஒடிந்தது. இல்லை மெய்வருந்தச் சேர்த்துக் குன்றின் மேல் கொண்டு போய்க் குவித்த மணலும் தாளித்து வைத்த சுண்ணாம்பும் அங்குமட்டும் இரவில் மழை பெய்து மறுநாள் சோடை கூடத் தெரியாது கரைந்து போயின. பிறகு அவரே கனவில் வந்து சொல்லிவிட்டாராம், "நீங்கள் இந்த சிரமமெல்லாம் படாதீர்கள். இதுவேதான் என் மஹாத்மியம்" என்று. எது மஹாத்மியம்? பக்ஷிகள் எச்சமிட்டு, குரங்கு கொட்டையுமிழ்ந்து, வெய்யிலில் வெந்து, மழையில் ஊறி, மண்டை வழுக்கை உருண்டையாய் வழவழ பளப்பள –

அடுத்தவர், மலையேறச் சோம்பல், ஆனால் புண்ணியம் மட்டும் கட்டிக் கொள்ள ஆசைப்பட்டவர், குன்றடியில் படிக்கட்டில் ஏற்றிவைத்த கற்பூரத்தைத் திருவேலநாதர் தன்னிடத்திலிருந்தே மோப்பம் பிடித்து ஏற்றுக் கொள்ள வேண்டும். இல்லையேல் அதைக்கூட அவருக்கு ஏற்றிவைப்பார் யார்?

"ஆனால் அவர் க்ருபை புரிவதும் அந்த மாதிரி சிரத்தாவான்களுக்குத்தான்" என்பார் நொண்டி குருக்கள். குருக்களுக்குக் கோபமில்லை கசப்பில்லை. அந்த நிலையெல்லாம் அவர் எப்பவோ தாண்டியாச்சு.

"எங்கள் ஜாதியே விதியை நொந்து பயனில்லை. சுவாமியைத் தொட்டு நடத்தும் ஜீவனம் உருப்பட வழியேயில்லை. இது குலசாபம். திருஷ்டாந்தம் வெளியே தேட வேண்டாம். எங்கள் குடும்பத்தையே எடுத்துக் கொள்ளேன். அரிசி ரூபாய்க்கு எட்டுபடி வித்த அந்த நாளிலேயே எங்களுக்கு விடிஞ்சதில்லை. என்னைப் பார், கார்த்திகை அமாவாசை வந்தால் எழுபதை எட்டிப்பிடிக்கப் போறேன். அறுபது

வருஷமா நொண்டிண்டிருக்கேன். இளம்பிள்ளைவாதம். காலை இழுத்துட்டு நொண்டி குருக்கள்னு கட்டின பட்டம் வழக்கில் வந்து கெட்டிப்பட்டு, தொட்டிலிட்டு சூட்டின சர்மன் ஊருக்கே மறந்து போச்சு. மூக்குக் கண்ணாடிக்குக் கம்பி ஒடிஞ்சு வருஷம் மூணு ஆறது. கயித்தைப் போட்டுக் கட்டிண்டிருக்கேன். மூக்குக்குப் பழக்கம் கண்ணுக்குத் தைரியம்னு தவிர கண்ணாடியால் உண்மையால் உபயோகமில்லை. அதில் பவர் எப்பவோ போயாச்சு.

"சரி அதுதான் அப்படிப் போச்சா? போகட்டும். இந்த நொண்டிக்காலோடு எங்கள் சக்திக்கேற்றபடி – இல்லை, சக்தியை மீறிக் கல்யாணம் ஆகி சிசுக்களுக்கும் குறைச்சலில்லை. குழந்தைகள்னு சொல்றோம், ஆனால் எல்லாம் பெத்த கடன்கள்; வெறும் இச்சாவிருத்திகள். குழியில் வெக்கறதும் வயத்தில் காண்றதுமா உயிர்க் குமிழிகள் வெடிச்சதுபோக தங்கினது பிள்ளை ஒண்ணு, பெண் ஒண்ணு. சகுந்தலையைத்தான் உனக்குத் தெரியும். அவளுக்கு அண்ணன், அம்மா செல்லம், உதவாக்கரை. ஒரு நாள், எனக்கு 'உடம்பு சரியில்லை. கோவிலுக்குப் போ'ன்னு சொல்லியிருக்கேன். வேறெங்கோ காசு வெச்சு கோலியாடப் போய், ஒரு கால பூஜை, அதையும் முழுங்கிட்டான். விஷயம் வெளிப்பட்டதும் அடிச்சேன்; அதுவே சாக்கு, வீட்டை விட்டு பன்னிரண்டு வயசில் ஓடிப் போனவன் இன்னும் திரும்பிவல்லே. வந்தால் உன் வயசிருப்பான். நான் செத்துப் போனப்புறம் பட்டனத்தார் மாதிரி கொள்ளி போடத்தான் வருவானோ, இல்லை அவனே தான் கொள்ளிக்கிரையாயிட்டானோ? ஏன் முகத்தை சுளிக்கிறே? பேச்சுன்னா எல்லாத்தையும்தான் பேசி ஆக வேண்டியிருக்கு. மாமிக்கும் எனக்கும் பேச்சறுந்து போச்சு. நீயே கவனிச்சிருக்கலாம். இதேதான் காரணம். என்ன பண்ணுவேன்? திருவேலநாதர் பிறக்கும்போதே பிள்ளையாண்டானுக்கு மண்டையில மரத்தையும் காலில் கருவேல முள்ளையும் தைச்சு விட்டுட்டார். அவரால் எங்களுக்கு முடிஞ்சது அவ்வளவுதான்.

"ஆனால் அம்பீ, இப்போ வரவரத் தள்ளல்லேடப்பா, சகுந்தலையே குடம் ஜலத்தை மலைமேல் கொண்டு போய் வைக்க வேண்டியிருக்கு. ஒரொரு சமயம் நீயும் தான் கை கொடுக்கறே. என் பாட்டன் முப்பாட்டன் நாளிலிருந்து இதே மாதிரி தினே தினே மலையேறி சுவாமி தலைமீது கொட்டியிருக்கும் ஜலத்தை தேக்கினால் கரடிமலையே முழுகிப் போயிருக்கும். ஆனால் கண்ட மிச்சம் என்ன? இந்த விரக்திதான். விரக்தி என்பது

என்னென்று நினைக்கறே? தோல் தடுமன்; குண்டு பட்டால் குண்டு பாயக்கூடாது, குண்டு தெறிச்சு விழணும்னு அர்த்தம். ரோசத்துக்கு முழுக்குன்னு அர்த்தம். பசிச்சவனின் பழம் கணக்கு; தரிசனம் தராத சிரமத்தின் ரிகார்டு; காலே தேஞ்சாலும் போய்ச் சேராத ஊருக்கு வழி...”

குருக்கள் பேச இன்று முழுக்கக் கேட்கலாம். பொழுது போவதே தெரியாது. பேச்சில் ஒரு கிண்டல், வார்த்தைகளினிடையிடையே ஸம்ஸ்கிருதம் தெளித்து பேச்சிலேயே இன்னதென்று இனம் தெரியா மணம் கமழும். தான் உள்பட உலகத்தையே எள்ளும் புன்னகையில், மேல்வாயில் முன்பற்கள் இரண்டு காணோம், ஏன் என்று காரணம் கேட்காமலே, தானே: “கீழே விழவில்லை வயிற்றுள் இருக்கு” என்று அதிலும் ஒரு பொடி.

பேச்சு சுவாரஸ்யத்தில் ஒரொரு நாள் அங்கேயே தங்கி விடுவேன்.

சிக்குப் பிடித்த அழுக்கு முண்டையவிழ்த்து நைவேத்தியத்திலிருந்து, மாமி சாதத்தைக் கையாலேயே அள்ளி வைப்பாள். அரிசி மட்ட ரகம். சிவந்த ராசி. இரத்தத்தைக் கலந்தாற்போல், ஆறிப்போய் இலையில் சிலிர்த்துக் கொண்டு நிற்கும்.

“பயப்படாதே, சுவாமிக்கே இதுதான்! எதை எங்களிடமிருந்து வாங்கிக்கறாரோ அதைத்தானே அவருக்கு நாங்கள் திருப்பித் தரமுடியும்!”

நடுவில் குருக்கள். நானும் சகுந்தலையும் மூவரும் சேர்ந்து ஃன்னா மாதிரி.

சாதம் போதாது. சகுந்தலையெழுந்து கையலம்பி வந்து மூலைப் பழையதைப் பிழிந்து வைப்பாள்.

பார்க்கத்தான் பயம். ஆனால் பசிக்கு ருசி. இப்போ நினைக்கிறேன். உப்பும் புளியும் பக்குவமாய்க் கூடினதால் மட்டும் ருசி கிட்டிவிடுவதில்லை. அன்னமிட்டாரின் எண்ணமும் கலந்த ரஸவாதம் தான் நெஞ்சு நிறைகிறது.

மாமா வீட்டுச் சாப்பாட்டை இத்துடன் ஏணி வைத்துத்தான் பார்க்கணும். ஆள் போட்டு சமையல். சங்கரன் இட்டதுதான் சட்டம். தினம் ஒரு தேங்காயை உடைக்காமல், அவனுக்குச் சமைக்கத் தெரியாது. மாமா வீட்டில் தினம் ஒரு கூட்டு, கறி இல்லாமல் சாப்பிடத் தெரியாது. ஒரு விருந்தாளியேனும்

இல்லாத பந்தியே கிடையாது. ஆனால் என்னைக் காணோமே என்று உள்ளோடு கவலைப்படுவோர் யார்? மறுநாள் போனதும் திட்டுவதற்கு ஒரு சாக்காச்சு ஆனாலும்!

மாமாவுக்குப் பேச்சில் அலாதி தோரணை. ஏற்கெனவே ஊருக்குப் பெரிய மனுஷன். கடல்போல் வாசல் திண்ணையில் தான் அவர் கச்சேரி. காலைப்பிடிக்க ஒரு ஆள். என்னதான் அந்த வலது காலில் அப்படி ஓயாத ஒரு குடைச்சலோ? வேலை உண்டோயில்லையோ, உத்தரவுக்குக் காத்த வண்ணம் மார்மேல் கைகட்டிக் கொண்டு எதிரே சேவகம் இரண்டு ஆள். அவர் சொல்வதற்கெல்லாம் கூடவே தலையை ஆட்டவும் பல்லைக் காட்டவும், விஷயம் புரிந்தோ புரியாமலோ, மாமா முகம் பார்த்து, மனமறிந்து சிரிக்கத் தெரிந்து குஞ்சுத் திண்ணையில் மூணு மந்திரிகள். அவ்வளவுதான். மாமாவுக்குக் களை கட்டிவிடும்.

“என்னடா குறவன் மாதிரி முழிக்கறே? சோத்தை வெச்சுண்டு எத்தனை நாழி ஐயர்வாளுக்குக் காத்துண்டிருக்கணுமோ தெரியல்லியே! தவிடு தின்கறத்துலே ஒய்யாரம் வேறேயாக்கும்! உன் மாமி உடம்பை இரும்பாலே அடிச்சுப் போட்டிருக்குன்னு எண்ணமோ, உன் இஷ்டப்படி ஆட்டிவைக்க? எங்கே போயிருந்தே? என்னடா முணுமுணுக்கறே? என்னடா எதிர்த்துப் பேசறே? ஓஹோ அவ்வளவு தூரத்துக்கு ஆயிடுத்தா? ஓஹோ நெருப்பிலிருந்து எடுத்து விட்ட கையைக் கடிக்கிற பாம்பா?”

குஞ்சுத் திண்ணையிலிருந்து: “ஹி! ஹி!! ஹி!!!”

நான் பதில் பேசவே மாட்டேன். மாமா நல்லவர். கேள்வி கேட்பார்; ஆனால் பதில் எதிர்பார்க்க மாட்டார். மாமா ‘ஸோலோ!’ அவருக்கு அவர் குரல் கேட்டுக் கொண்டிருந்தால் போதும்.

மாமா பக்கத்தில் யானைத்தலை பெரிது ரயில் கூஜாவில் தீர்த்தம். அருகே எப்பவும் வெள்ளி வெற்றிலைச் செல்லம். உதட்டோரம் சாறு ஒழுகும். புகையிலைக் காட்டம் அவருக்கு ஏற்றபடி வாய்த்துவிட்டால்போதும், பேச்சின் ஜோரும் அலாதி தான். நானும் அவரும் பிட்டுக் கொண்டதே இதுபோல் புகையிலைக் குஷியில் அவருக்குப் பேச்சு வழி தப்பிப் போனதால்தான்.

அன்றும் இதே போல் ‘கோர்ட்’.

”என்னடா நினைச்சுண்டிருக்கே? எங்கே போயிருந்தே? நான் ஒருத்தன் கேக்கறேன். இடிச்ச புளிமாதிரி வாயை

மூடிண்டிருந்தால் என்ன அர்த்தம்? ஊம்? காது கேட்கத்தான் சொல்லித் தொலையேன்! என்னது?... கரடிமலையா? ஓஹோ! குருக்கள் வீட்டில் குருகுல வாசமா? பகலெல்லாம் அங்கே குழையறது போதாதுன்னு ராத்தங்க வேறே ஆரம்பிச்சாச்சா? குதிர்மாதிரி பெண்ணை வீட்டில் வெச்சுண்டு குருக்கள்வாள் ப்ளான் என்ன போட்டிருக்கார்? 'உங்காத்துப் பையனுக்கும் என் பொண்ணுக்கும் கல்யாணம் ஆகல்லே வாஸ்தவந்தான். அதனால் என்ன? வளைகாப்புக்கு நாள் வெச்சாச்சு, ஸீமந்தம் முறைப்படி உங்கள் வீட்டில் சொல்லக் காத்'"

பிறகு என்ன நேர்ந்ததென்று எனக்கே நிச்சயமான நினைவில்லை. எல்லாம் கோடழிந்த மாதிரிதான் இருக்கிறது. நான் பூமியை உதைத்துக் கொண்டு கிளம்பின நொடி நேரம் கால் பூமியைத் தொடவில்லை. ஆகாயத்தில் நீந்தின மாதிரியிருந்தது. அடுத்த நேரம் மாமா மேல் பொத்தென்று விழுந்தேன். ரொட்டி போல் தொப்பை என் முழங்காலின் கீழ் மெத்தென்று அமுங்கியது.

"ஐயோ! ஐயோ!"

ஏக அமர்க்களம். ஆரவாரம். என் கண் இருட்டு.

(இத்தனை பேர் இருப்பதற்கு அது கூட இல்லாவிட்டால் பிறகு என்ன இருக்கிறது?)

அப்படியே பிய்த்துக் கொண்டவன் தான் நான்.

அனேகமாய் நாம் எல்லோருமே ஆணி மாண்டவ்யர்கள் தான். நாலு பேர் மெச்ச ("ஹி! ஹி!! ஹி!!!") என் பேச்சின் பெருமையில் நான் நுகரும் இன்பம் தான் எனக்குப் பெரிசு. என் சொல்லில் கழுவேறிப் பிறர் படும் வேதனையை உண்மையில் நான் அறியேன்.

என் முறை வரும் வரை.

மாமா சுபாவத்தில் கெட்டவர் என்று இன்றும் எனக்குத் தோன்றவில்லை. அவர் வாயுள் வார்த்தை நிற்கவில்லை. என் செயல் என் கட்டில் நிற்கவில்லை. அவ்வளவு தான்.

ஆனால் வாழ்க்கையின் திருப்பங்கள் எல்லாம் அனேகமாய் இம்மாதிரி கடிவாளம் தெறித்த சமயங்கள் தான்.

பூகம்பத்தில், குஹையை மூடிய பாறை தானே உருண்டு விழுகிறது. நுழைவது புதையல் குஹையோ புலிக் குஹையோ.

புதையல் கண்டவன் எல்லாம் தன்னால் தான் என்று பூமாலை சூட்டிக் கொள்கிறான். புலிக்கிரையானவன் வேளைமேல் பழி.

குருக்கள் வீட்டில் சொல்லிக் கொள்ளக் கூட நேரமில்லை. முதலில் அவர்களைப் பற்றி நினைக்க நேரமேது? வயல் பரப்பில் குறுக்கு வழியாக நான் விழுந்தடித்துக் கொண்டு வருகையிலேயே ரயில் குன்றை வளைக்க ஆரம்பித்துவிட்டது. அந்தத் திருப்பத்தில்தான் அதன் வேகம் சற்றுத் தணியும். டிக்கட் இல்லாமல் ஏறுபவன் அங்கு தான் தொத்திக் கொள்ள முடியும்.

நான் தொத்திக் கொண்டேன்.

பின்னால் வேணுமானால் ஆயிரம் நினைத்துக் கொள்ளலாம். பின்னால், அவ்வப்போது, சிறுகச் சிறுகத் தோன்றியதைக் கூட அப்பவே தோன்றியதாகச் சிந்தனையில் சேர்த்துக் கொண்டு, மாறாத நினைவுக்கு என்னைவிட இல்லை என்று எனக்கே நான் நினைப்பில் கோரி கட்டிக் கொண்டு, கட்டடம் கண்டு பிரமித்து மகிழ்ந்து கொண்டிருக்கலாம்.

நெஞ்சைச் சோதித்துக் கொண்டால், டிக்கட் இல்லாமையால் பரிசோதகன் அங்கங்கே என்னை இறக்கி விடுகையில், ஆங்காங்கு வேற்றிடத்தின் திகைப்பில், பசி வேதனையில், கரடிமலையிலிருந்து என் வெளியேற்றத்துக்கு நான் குருக்கள் வீட்டையே காரணமாகக் கண்டு, சமயங்களில் கசந்ததுதான் உண்மை.

கரடிமலை மண்ணைக் காலினின்று இவ்வாறு உதறிய பிறகு சகுந்தலையின் நினைப்பில் இப்போதுதான் திரும்புகிறேன்.

மனித இயல்புக்கு வ்யவஸ்தை ஏது?

ரயிலை விட்டிறங்கி, ஒரு மாட்டு வண்டியைத் தேடிப் பிடித்துக் கூலி பேசி, பெட்டி படுக்கை, மூட்டை முடிச்சுக்களை ஏற்றிக் கொண்டு, ‘லொடக்’ ‘லொடக்’கென்று ஆடி ஆடி வண்டி நகர்வதற்குள் வெய்யில் முதுகிலேறிவிட்டது. கண் விழித்ததிலிருந்து காப்பியைக் காணாது சாவித்ரிக்கு மண்டை பிளந்தது. முகமும் வாயும் கடுகடு சிடுசிடு.

ஸ்டேஷனிலிருந்து கரடிமலை, வயல் வரப்பில் கால் நடையாகவே மூணு மைலுக்குக் குறைவில்லை. வண்டிப் பாதை கண்டிப்பாய் அஞ்சு குறையாது.

கரடிமலை மேல் பெரிய குடைபோல் ஒரு கருமேகம் தொங்குகிறது. அதனடியில் திருவேலநாதர், அன்றிலிருந்து

இன்றுவரை, வேணுமானால் இனிமேலும் என்று வரையும் மாறாதவர். ஏனெனில் அவர் எப்பவும் ஊமை.

சில சமயங்களில் மலையுச்சியில் காலைக்கும் மாலைக்கும் கூட வித்தியாசம் தெரியாது.

அன்றொரு நாள் மாலை...

சுவாமிக்கு நீராட்டிய பின் குருக்கள் குன்றின் மறுபுறத்தில் பொன்னரளியைப் பறிக்கச் சென்றிருந்த சமயம், சந்ததி சந்ததியாக எண்ணெயும் தண்ணீரும் பூசி வழிந்து நாளுக்கு நாள் பளபள பப்பளபள லிங்கத்தின் மண்டை வழவழப்பில் என் மனதைக் கொடுத்திருக்கையில், என் பக்கத்தில் நின்றவள் சட்டென்று கீழே விழுந்து சுவாமிக்கு நமஸ்கரித்து எழுந்து நின்றாள்.

"இந்த நிமிஷம் நினைத்துக் கொண்டு நீ திடீரென்று வேண்டிக்கொண்டதென்ன?" என்று கேட்டேன்.

அந்தி ஒளிச்சாயங்களின் எதிர்பாராத தோய்வு தானோ என அவள் நெற்றி, கன்னங்கள் திடீரெனச் செவேலாகிவிட்டன.

"நான் வேண்டிண்டது இப்பவே வெளிச்சமாயிட்டால் வேண்டிண்டது வேண்டியபடி நடந்தேறுவது எப்படி?"

அவளுடைய அந்தரங்கம் சிதைந்தாற்போல், அவள் கோபம் அவள் குரல் கடுப்பில் தெரிந்தது. என் கேள்வி அவளுக்கு அபசகுனமாய்ப் பட்டதோ என்னவோ? அந்த ஆத்திரத்தில் அழுது விடுவாள் போல் அவள் கீழுதடு பிதுங்கிற்று. வலது கன்னத்தில் நரம்பு 'பட்பட்' என அடித்துக் கொண்டது. அந்தத் துடிப்பின் மீது கையை வைக்கலாமா? ஆனால் ஆசை அஞ்சிற்று. விரல் நுனிகள், ரேகைகளின் கழிப்பே உள் சுருங்கிவிடும்போல், விரல்நுனிகளில் ஆயிரம் 'ஜிவ்வுகள்' கவ்வியிழுத்தன.

உள்ளூர உணர்ந்தும் ஒருவருக்கொருவர் வெளியிட்டுக் கொள்ள அஞ்சி இருவரும் அவர் சன்னிதானத்தில் படும் வேதனை கண்டு திருவேலநாதரின் உள்ளத்தில் மிளிரும் குறுஞ்சிரிப்பு அவர் மண்டை வரை ஒளி வீசுகின்றது. கல்லின் உருண்டையில் மண்டையென்றும் முகமென்றும் ஏது கண்டோம்? காலம்காலம் கற்பாந்த காலமாய் அவர் மட்டும் அறிந்து இது போன்ற எண்ணற்ற ஆத்ம ஆஹுதிகளின் தேனடைதானே அவரே!

பித்தத்தின் உச்சம்
தேன்குடித்த நரி
புன்னகையாலேயே அழித்து
புன்னகையாலேயே ஆக்கி
புன்னகையாலேயே ஆகி
புன்னகை மன்னன்.
ஆண்டவனும் ஒரு ஆணி மாண்டவ்யனே.

வழியில், கழனிக்கட்டில், ஒரு ஏற்றம் இறைக்கின்றது. கிணற்று விளிம்புக்குமேல் ஒரு தலைப்பா மட்டும் தெரிகின்றது. மேலே ஏற்றக்கோலின் இரு நுனியிலும் இருவர் ஏறி இறங்கி ஒருவரையொருவர் ஓயாமல் தேடி ஒருவரையொருவர் அடையாமல் மாறிமாறி வருகின்றனர். கீழே சால் கவிழ்ந்ததும் கிணற்றையொட்டிய கல்முகவாய் வழி ஜலம் ஜலஜல சலசல அலைகள் துள்ளிக் குதித்துத் திரிந்துகொண்டு, நுரைத்துக் கொண்டு, சுழித்துக் கொண்டு தெறித்துக் கொண்டு கேளிக்கையாடிக் கொண்டு பாய்ந்து சரிந்து பரவி சிற்றருவிகள் பிரிந்து பச்சைப்பசேல் பயிர்க் கால்களில் குறுகுறுவென உருவி ஓடுகின்றன.

தத்தளிக்கும் தராசுபோல் மேலே இருவர் மிதிப்பில் ஏற்றக்கோல் வானைக் குறி பழகும் அம்பு போல் நிலை கொள்ளாது ஏறி இறங்குகிறது.

சாவித்ரிக்கு இதெல்லாம் புதிது. வைத்த விழிமாறாது பார்க்கிறாள். வண்டி, பாதையின் மேடு பள்ளங்களில் குடிகாரன்போல் தள்ளாடிச் செல்கிறது.

சின்னஞ்சிறு சிட்டுக் குருவி – உடல் பூரா நீலமைக் கறுப்பு, மூக்கு சிவப்பு, வால் நீளம். சொல்லாமலே வீங்கி வெடித்துவிடப் போகும் ரஹஸ்யம் போல் மார் முட்டிக் கொண்டு புதருக்குப் புதர், செடிக்குச் செடி, மலருக்கு மலர் தொட்டுத் தன் ரஹஸ்யம் சொல்ல, தன்னைப் போல் ஒன்றை – இல்லை, எதையேனும் ஒன்றைத் தேடிப் பறக்கின்றது. கூடவே என் மனம் இருப்புக் கொள்ளாமல் தவிக்கிறது.

புது இடத்தைக் காணும் வியப்பைக் காட்டிலும் பழைய இடம், பழகின இடம் திரும்பும் உள்ளக் கிளர்ச்சி தாங்க முடியவில்லை. தேங்கிவிட்ட நினைவுகள் கொந்தளிப்பு கண்டு உணர்ச்சிகள் ஒருங்கே அழுத்தும் நிலை முற்றிலும் இன்பம் என்று சொல்வதற்கில்லை. திரும்பியே வந்திருக்க வேண்டாமோ? என்று கூட சித்தம் சலிக்கிறது. ஆயினும் ஒரு எண்ணம், ஒரே எண்ணம் – நீர்த்துப் போன சாம்பலுள் இத்தனை நாள் புதைந்து ஒளிந்திருந்தது ஒரு பொறி, நினைவின் காற்றுவாக்கில் பற்றிக் கொண்டு மறதியின் சருகுகளை எரித்து ஜ்வாலையாக்கி என்னைத் தன்முன் உந்தித் தள்ளிச் செல்கிறது. நானும் பற்றி எரிகிறேன். ஒன்று கண்டேன். எதுவுமே மறப்பதற்கில்லை. எல்லாமே ஒளிமறைவில் பாயச் சமயம் பார்த்திருப்பவையே.

இப்போது சகுந்தலை எப்படியிருப்பாள்?

ஆனால் அவள் மறந்தால் என்ன, நினைவில் வைத்துக் கொண்டிருந்தால் என்ன? அதனால் நாங்கள் அடையப் போகும் பயன் என்ன? அவள் என்னை மறந்தாலும் அவளைக் குற்றம்கூற எனக்கென்ன வாய் இருக்கிறது? ஆனால் இப்படி ஒருதரம் மனம் தனக்குப் புத்தி சொன்னாலும், மறுகணமே தறிதெறித்துப் புத்தியையும் தன்னுடன் இழுத்துக் கொண்டு, சென்று போன வருடங்களின் கல், முள், மேடு பள்ளங்களில் விழுந்தடித்து ஓடுகிறது. நெற்றியில் வேர்வை கொப்புளிக்கிறது. அசதியில் வண்டியில் தலை சாய்க்கிறேன்.

சக்கு, உனக்கும் எனக்கும் இடையே பத்து வயதிருக்குமா? சக்கு, உனக்கு நினைவிருக்கா? ஒரு சமயம் பக்கத்தூருக்கு உன் அப்பாவோடு கந்தசஷ்டி சூரசம்மாரத்துக்குப் போயிருந்தோமே! அதாண்டி, சுவாமியைக் கையும் காலையும் முறித்து, வில்லையும் அம்பையும் கொடுத்து அலங்காரம் பண்ண உன் அப்பாவை அழைத்திருந்தார்களே! கூட்டம் முழி பிதுங்கியது. வாணம், சாமி 'ஸைடி'லிருந்து கயிறு மேலே சீறி வந்ததும் சூரன் தலையை மாத்தரது உனக்குத் தெரியல்லேன்னு அழுதையே! அப்போ கூட்டத்தில் உன்னைத் தோள் மேலே தூக்கிண்டு நின்னேனே, உனக்கு நினைவிருக்கா? அப்போ நீ பாவாடையும் சொக்காயும் தான் அணிஞ்சிருந்தே. சின்னப்பொண்ணு. எட்டு வயசோ பத்து வயசோ, என் தலைமயிரைக் கொத்தாப் பிடிச்சுண்டு என் தோள்மேலே உட்கார்ந்துண்டு வேடிக்கை பார்த்தையே, நான் கூட மயிரைப் பிடிச்சு உலுக்காதேடின்னு கத்தினேனே உனக்கு நினைவிருக்கா?

லா.ச.ராமாமிர்தம் | 31

அம்பி! உனக்கு நினைவிருக்கா? அன்னி ஒருநாள் நவராத்ரி போது 'நகுமோமு' நன்னா பாடினேன்னு அம்மா உன்னிடம் என்னை அந்தப் பாட்டைக் கத்துக்கச் சொன்னாளே! நீயும் கத்துக் கொடுத்தியே! அம்பி, என்னதான் இருந்தாலும் உனக்கு நல்ல குரல். என்னதான் கட்டுப் போட்டாலும் உன் பாட்டு எனக்கு வருமா? இருந்தாலும் எனக்குத் தாளம் தப்பிப் போச்சுன்னு என் தொடையிலே பட்டுனு ஒண்ணு வெச்சையே! நான் அழுதுட்டேன். அப்போ நான் பெரியவளாகல்லே. பாவாடை சொக்காயில் சின்னப் பொண்ணுதான். நீ கூட அப்புறம் 'அழாதேடி அழாதேடி'ன்னு சமாதானம் பண்ணினையே, எனக்குப் புடிச்ச புளிப்புமிட்டாய் வாங்கிக் கொடுத்தியே! 'அம்மாகிட்டே சொல்லாதே'ன்னு கெஞ்சினையே! நான் சொல்லுவேனாடா அம்பி! ஆனால் அடி வலிச்சால் அழாமல் இருக்க முடியுமா?

சக்கு, அடுத்தாப்போலேயே நீ பெரியவளாயிட்டே.

அம்பி நீ நாலு நாளைக்கு திகைப்பூண்டு மிதிச்ச மாதிரி ஊமைக் காயம்பட்ட மாதிரி, வாயடைச்சுப் போய் கண்ணாலே என்னைத் தேடித்தேடித் தவிச்சுட்டுப் போனையே! எனக்கு மறைப்பு கட்டியிருந்த ஓலைத் தடுக்கின் பின்னாலிருந்து பார்த்தேன். உன்னைப் பார்க்க ஒரு பக்கம் சிரிப்பா வந்தது, ஒரு பக்கம் பரிதாபமாயிருந்தது. ஆனால் அதுக்கப்புறம் எனக்கே ஏக்கம் பிடிச்சுப்போச்சு அம்பி. அம்மா சட்ட திட்டம் பண்ணிப்பிட்டா. 'நீ இனிமேல் யாரோடும் இஷ்டப்படி பேசிண்டு கூத்தடிக்கப்படாது. உன் இஷ்டத்துக்குக் கூடத்துக்கு வாசல்லே வந்து நிக்கப்படாது'ன்னு. திடீர்திடீர்னு நினைக்காத சமயத்தில், எதிர்பாராத இடத்தில், எதிரே, பின்னாலிருந்து, பக்கத்திலிருந்து அம்மா புதையல் காக்கும் பூதம்போல் திடீர்திடீர்னு முளைக்கறப்போ 'பகீர் பகீர்'னு வயத்தைச் சுருட்டறது. குத்தமில்லாத இடத்தில் என்ன குத்தம் பண்ணினேனோன்னு சதா திகில்; வீடு ஜயிலாயிடுத்து. வீடென்ன, இந்தப் பரந்த பூமியையே அம்மா சுவரைப் போட்டு வளைச்சுப்பிட்டாள். என்னவோ பாதி புரிஞ்சதும் புரியாததுமா ஏதோ சொல்றா. 'பொண்ணைப் பெத்துட்டேனே! உனக்கென்ன, உன் வேளை வந்ததும் வயத்தை விட்டுக் கழிஞ்சுட்டே. நீ விட்ட இடத்தில் நெருப்பை வெச்சுக் கட்டிண்டிருக்கேனே!' என்கிறாள்.

அப்புறம் அப்பா, 'இதென்ன? அம்பி நம்மாத்துப் பையன்! குழந்தைகளை இப்படி ஹிம்ஸிச்சா என்னதான் ஆறது? எங்கே

தான் போறது? உன் அமுலைப் பார்த்தால் நானே என் பெண்ணோடு பேச முடியாது போலிருக்கே!'ன்னு ஒருநாள் இரைச்சல் போட்டப்புறம்தான் அம்மா சத்தே அடங்கினாள். அப்புறம் அவளுக்கும் தள்ளல்லே. கோவில் வேலையிலே பாதி அப்பாவுக்கு ஒத்தாசையா நானே பண்ற நிலைமை வந்தப்புறம் 'உனக்கு நீதான் காவல்'னு சொல்லியே விட்டுட்டாள்.

'எல்லாமே முடிந்தவரைக்கும் தான்!'

'என்ன கேலி பண்றயா?'

'கேலியில்லை. உண்மையே அதுதானே! எல்லாம் முடிந்த வரைக்கும்தான்.'

'அம்பி அப்புறம் உனக்கு நினைவிருக்கா?'

'சக்கு உனக்கு நினைவிருக்கா?'

மாறிமாறி

நானே அம்பி

நானே சக்கு

வாய்விட்டுப் பேசாத பாஷையில்

மனம்விட்டு ஒருவருக்கொருவர் எண்ணியதாய் எண்ணிக் கொண்ட எண்ணங்களை எண்ணி எண்ணி நினைவின் சுவடுகளில் நினைவைப் பொருந்தி வைத்துப் பார்த்துக் கொள்வது தவிர வேறென்ன செய்ய முடிகிறது?

இப்போ சக்கு எப்படியிருப்பாள்?

ராகம், தாளம், பல்லவி.

பததனி நிததம ஸமகஸ

சக்கு எப்படியிருப்பாள்?

'லொடக்' 'லொடக்' 'லொடக்' – இதோ வண்டி அக்ரஹாரத்தின் முனை திரும்பிவிட்டது. அக்ரஹாரமாம்! அந்த நாளிலேயே நாலு வீடுகளில் மூணு பாழ். இப்போ நாலாவது நடு வீடு குருக்கள் வீட்டுக்கும் தள்ளாமை வந்துவிட்டது. ஒற்றைக்காலில் நொண்டிக் கொண்டு நிற்கிறது.

நொண்டி குருக்கள் வீடு நொண்டி வீடு.

இப்போ சக்கு எப்படி இருப்பாள்?

உடல் ஒரு கூடு எனில் இதயம் அதனில் குருவி. திடீர் திடீர் திகில்திகில் தொண்டைவரை பறந்து பறந்து மார்த்தட்டில் விழுந்து விழுந்து எழுகையில் அடி வயிறு பகீர்பகீர் – அதன் சிறகுகளின் படபடப்பு என் நெஞ்சின் துடிதுடிப்பு. குருவி கொத்து கொத்தெனக் கொத்திக் கொத்தியே மார்ச் சுவர்கள் பிளந்து விடும் போல் வலி விண் விண் விண் – ஒரு கையால் மார்பை அழுத்திக் கொண்டே வண்டியை விட்டிறங்குகிறேன்.

வாசற்கதவு மூடியிருக்கிறது. அந்தக் காலத்துத் தேக்கு. சுவர் விட்டுக் கொடுத்துவிட்டாலும் அது இன்னும் விட்டுக் கொடுக்கவில்லை. பல்லிருக்குமோ யில்லையோ விசுவாசம் மாறாமல் நிலைவாசலைக் கவ்விக் கொண்டிருக்கிறது. நடுச்சட்டத்தில் முழு முழியாகப் பித்தளைக் குமிழ்கள்.

இப்போ சக்கு எப்படியிருப்பாள்?

நிதமா நிதம்மா நிதம்ம்ம் – ம்ம்ம்ம்ம்ம்

செவியோரம் ரீங்காரம் புவனத்தையே வளைத்த ஓங்காரம் இதிலிருந்து இந்த நியமனத்துள் எத்தனை சக்கு எத்தனை 'நான்' எத்தனை சாவித்ரி எத்தனை எத்தனை –

ஆனால் சக்குவின் ஸ்வரஸ்தாங்களைப் பற்றி எதுவும் சொல்வதற்கில்லை. கதவு திறந்ததும் "அம்பி வந்தையா?" என்று ஒரே விளிப்பில், கூடத்தில் சிதறிக் கிடக்கும் பெரும் குப்பைகளை ஒரே கைவீச்சில் ஒதுக்கித் தள்ளுவதுபோல் இத்தனை வருடங்களின் கோடுகளை அந்தத் தருண மகிமையில் ஒரே கணத்தில் அழித்துவிடுவாள்.

கதவு திறக்கிறது. கூடவே கிண்கிண் என் இதயத்திலும் ஒரு –

நானே சரியில்லை. எனக்கே தெரிகிறது. நான் குடித்ததில்லை. ஆனால் அரை போதையில் இருக்கிறேன். நெஞ்சிற்குள் பூக்கள் கொத்துக் கொத்தாய்க் குலுங்க, ஒரு கிளை அசைகிறது; உள்ளெல்லாம் 'கம்' –

சக்கு –

ஆமாம், சக்குவேதான்!

But my God! நான் கரடிமலையை விட்டே போகவில்லையா? இதுவரை எனக்கு நேர்ந்ததெல்லாம் வெறும் கனவு தானா? மனிதன் பிறவியெடுத்து வாழ்வோடு உறவாடி இறந்து போம் வரை ஒரு ஜன்மா பூராவே கனவாய்க் கண்டு விழித்து எழுந்தும்

விட முடியும் என்பது உண்மைதானா? அப்படி ஆயின் எது கனவு? இதுவரை கண்டதா, அல்ல இப்போ காண்பதா?

இல்லையேல் சக்குமட்டில் உருமாறா மார்க்கண்ட ரஹஸ்யம் எப்படிக் கண்டாள்? வயது இவளுக்கு மட்டும் நான் விட்டுப் போன சமயத்திலேயே எப்படி உறைந்து போயிற்று? கனவு என்பதென்ன? விழிப்பு என்பதென்ன?

நாமே சரியாயில்லை. என்னுடைய இப்போதைய நிலையில் கோடுகள் கலைந்திருந்தன.

"சக்கு!"

அவள் பெயர் என் நெற்றி நரம்புகளில் புடைத்து, என் கண்களில் உருவாயிற்றோ என்னவோ வார்த்தையாக வெளிவரவில்லை. எனக்கு நா எழவில்லை.

ஆனால் அவள் கண்களில் அடையாளமில்லை. அன்னியனைக் காணும் திகைப்புடன், லேசான அச்சத்துடன், வெட்கத்துடன் பின்னிடைந்தாள்.

அடுத்தபடி என் நா கண்ட சொல்: "அப்பா?"

"அப்பா கோவிலுக்குப் போயிருக்கா."

"அபிதா! வாசல்லே யாரு?" உள்ளிருந்து ஒரு பெண் குரல். வெளி ஆளை உள்ளிருந்தே மோப்பங் கண்ட குரல். சற்று உர்த்தண்டம் தான்.

"யாரோ அப்பாவைத் தேடிண்டு வந்திருக்கா."

ஈரக்கையைத் தலைப்பில் துடைத்தபடி ஒரு மாது உள்ளிருந்து வந்தாள். வாட்ட சாட்டமான தேகம். கண்டதும் கண்ணைச் சட்டென உறுத்துவது கன்னத்தில் பெரிய மறு. என்னைப் பார்த்ததும் மேலாக்கைத் தோள்மேல் இழுத்துக் கொள்ள முயன்றாள். ஆனால் அந்த நாஸுக்கான ஸாஹஸம் அந்தத் தேகவாகுக்கு ஒவ்வவில்லை. அமரிக்கையின் அடையாளமாயில்லை. மறந்து போனதை நினைவுபடுத்திக் கொள்ளும் சைகையாய்த்தான் அமைந்தது.

"வாங்கோ! நீங்க யாரு. தெரியல்லியே!"

"நொண்டி குருக்கள்..." என் குரல் தடுமாறிற்று.

"அவர் காலம் ஆயிடுத்தே!"

"மாமி?"

"எந்த மாமி? மாமியாரா? நான் வரத்துக்கு முன்னாலேயே அவர் சுமங்கலியா போயிட்டாரே!"

எனக்குக் கண்கள் இருண்டன. திடீரென வேளையில் அஸ்தமனம் படர்ந்து விட்டாற்போல் தோன்றிற்று.

"அப்படின்னா – அப்படின்னா – சக்கு?" என் எதிரே தாவணியின் கொடுக்கு நுனியை விரல்களினிடையே திருகிக் கொண்டு நின்ற சக்குவைப் பார்த்து மலர மலர விழித்தேன்.

அந்த ஸ்திரீயின் கன்னத்து மறு திடீரென சிலிர்த்துக் கொண்டு இன்னும் பெரிதானாற்போல் எனக்குப்பட்டது.

"நீங்கள் ஏதேதோ பழைய பேரெல்லாம் சொல்றேள். வெளியிலேயே நிக்கறேளே உள்ளே வாங்கோளேன்! வாசலில் வண்டி நிக்கறதே! மாமியும் வந்திருக்காளா? யாராயிருந்தாலும் உள்ளே வாங்கோ... நொண்டி குருக்கள் வீடு இதுதான்... அபிதா நீ போய் அப்பாவை அழைச்சுண்டு வா. பேட்டைப் பிள்ளையாருக்கு சாயங்காலம் தண்ணி கொட்டிக்கலாம்னு சொல்லு..."

இப்போது எனக்குப் புரிந்தது. எது கனவு எது நனவு என்று. பூமி, தானும் சுழன்று கொண்டு சூரியனையும் சுற்றி வருகிறதென்று. அதன் கோளத்தில் சூரிய ஒளியும் வெப்பமும் பட்டு, பட்ட இடம் பகல், மற்ற இடம் இரவு என இரவும் பகலும் மாறி மாறி வரும் விளைவாய், வித்து, காய், கனி, வயது, வயோதிகம், பிறப்பு, வாழ்வு, தாழ்வு, பிரிவு, சாவு, விதி, வினையென, நிகழ்ச்சியாய் மாறிய வண்ணம், நியதி, 'எனக்கு', 'உனக்கு' என இரக்கம் பார்க்காமல், தனக்கே இரக்கம் பார்க்க இயலாது, தன்னைத் தானே துரத்தி வருகிறதென்று.

சாமான்களை இறக்கிவிட்டு, 'காப்பி' என்ற பேரில் சூடாய்க் குடித்த பின்னர், சாவித்ரிக்கு மண்டையிடி குறைந்து சற்றுத் தலைதூக்கித் தன்னைச் சுற்றிப் பார்க்க முடிந்ததும், மண் தரையும் அதில் அங்கங்கே குழிகளும், சில இடங்களில் தலையிலிடிக்கத் தழைத்துவிட்ட கூரையும், கூடத்து மூலையில் குதிராய் இடத்தை அடைத்துக் கொண்டு இருட்டடித்து நின்ற குதிர் – (அதில் ஏதேனும் இருக்கோ?) – சுவரில் செம்மண்ணில் வரைந்து வருடக்கணக்கில் மேலிருந்து அழுக்கு மழை ஜலம் ஒழுகிக் கரைந்த வரலக்ஷ்மிக் கலசவடிவம். மேலே பரண்கள் அடைசலில் பகலிலேயே பயமற்று விளையாடும் எலிகள், – வீட்டில் இப்போது பாதிக்குமேல் வானம் பார்க்கிறது – சுவர்களில் பாசி, திட்டுத்

திட்டாய்ப் படர்ந்து அதில் காளானும் நாய்க்குடையும் விருத்தி. வீட்டில் உருப்படியாப் புறாக்கூண்டு போல் வீட்டின் ஒரே அறையில், உடைந்த பீரோ, புளிப்பானை, தையல் இலைக்கட்டு, கண்டான்முண்டான்களின் நடுவே உறைகிழிந்து, எண்ணெய்ச் சிக்குப்பிடித்து கட்டியும் முட்டியுமாய்ப் பஞ்சு கட்டிப்போன தலையணைகள், கிழிந்த பாய், ஓலைத் தடுக்கு, பல நாள் ஓதத்தின் வாடை... இந்த உலகத்தை இதற்கு முன் சாவித்ரி எங்கு பார்த்திருக்கிறாள்?

மாமி பறந்து பறந்து வேலை செய்கிறாள். புழக்கடைக்குப் போவதும் கொத்தமல்லியை உருவிக்கொண்டு வருவதும் – மறந்தாற்போல் திரும்பவும் குண்டு குண்டென குலுங்கக்குலுங்க ஓடிப்போய் இரண்டு பீர்க்கங்காய்களைப் பறித்து வருவதும், இடையிடையே வாசற்பக்கம் போய் அங்கே யார் இருக்கிறார்களோ இல்லையோ – "ஏ அஞ்சலை! ஏ அழகம்மே! ஏ பாஞ்சாலே!" என்று ஏதேதோ பேர்களை உரக்கக் கூவுவதும் – (தயிருக்குப் போலும்!) – "ஏன் இந்தப் பிராம்மணனை இன்னும் காணோம்? ஊசியும் தட்டானும் உருண்டோடிப் போயிட்டான்னு அழைச்சுண்டு வரப்போனதையும் அட்ரெஸ் காணல்லே!" என்று அங்கலாய்ப்பதும்...

அவள் கணவன் தான் என்னை முன்னால் அடையாளம் கண்டுகொண்டான். அவனோடு பேச்சு தொடுத்த பின்னர் எனக்கும் ஞாபகம் வந்தது. அந்த நாளில் இந்த வீட்டுக்கு இரண்டு அல்லது மூணு மாதங்களுக்கு ஒரு முறை ஸைக்கிளில் வந்து ஓரிருவேளை தங்கிவிட்டுப் போவான். நொண்டி குருக்களுக்கு ஒன்றுவிட்ட – "இல்லை, எட்டு விட்டு எட்டிவிட்ட (இது அவர் பாஷை) – மருமான். எங்கள் குலமே நசித்த குலம் என்பதற்கு இந்தப் பையனும் ஒரு அத்தாக்ஷி" என்று உடனே ஒரு கதை சொல்வார்.

இவனுக்கும் வர்க்க அடையாளம் முற்றிலும் விட்டுப் போகாமல், மூக்கின் மொண்ணையில், கண்களில் ஆழமான குழியில் (இரண்டு முட்டை எண்ணெய் விட்டு ஒரு திரி ஏற்றலாம்), காலைச் சற்று சாய்த்த நடையில், அவன் மாமா சாயல் இவனுக்கும் அடித்தது.

"போகப் போக மாமாவால் ஒண்ணுமே முடியல்லே. மாமியும் முந்திண்டுட்டப்புறம் இருக்கற ஒரு கண்ணும் அவிஞ்சு போச்சு. வீட்டுக்குள்ளேயே நடமாட்டம் சுவரைத் தொட்டு தூணைத் தொட்டுத் தரையைத் தடவித்தான். இந்தத் திருவேலநாதர்

தலையிலே தண்ணியைக் கொட்டவும் முடியல்லேன்னா அவர், 'இந்தா சர்க்கரையா எண்ணிக்கோ'ன்னு மண்ணை அள்ளித்தான் வாயில் போடறார். எனக்கு ஆள் அனுப்பி என்னையே வீட்டோடு வெச்சுண்டுட்டார். வீட்டை விட்டு ஓடின பையன் முகம் எப்பவோ மறந்து போச்சு. வயசு ஆக ஆக, நினைவு சுழலச் சுழல, அவன் பேரும் மறந்து போச்சு. ஆனால் நீங்களே சொல்லுங்கோ, இந்த மாதிரிப் பிள்ளை நினைவு இருந்தும் ஒண்ணுதான் மறந்தும் ஒண்ணுதான். ஆனால் உங்களைப் பத்தி அடிக்கடி சொல்லுவார்: 'நான் ஏதாவது பேசினால் அதைக் கேட்க அந்தப் பையனாவது இருந்தான். அவனும் காணோம்'னு."

"அவர் சொத்துக்கெல்லாம் நான் தான் வாரிசு. அவர் சொத்து என்ன, எவ்வளவுன்னு உங்களுக்குத் தெரியாததல்ல..." வீடு முழுதும் ஒரு கையால் வளைத்து உள்ளங்கையை விரித்துச் சிரித்தான். புகைந்தது. கீழ் வரிசையில் இரண்டு பற்கள் ஓட்டை.

"வசனம் சொல்லுவா, 'பிராம்மணன் தலையில் சிவலிங்கத்தைக் கட்டின மாதிரி'ன்னு. மாமா அப்பட்டமா அப்படியே நிறைவேத்திப்பிட்டார். திருவேலநாதர் என் கழுத்துலே உட்கார்ந்து நசுக்கிண்டிருக்கார். நான் மட்டும் தனியாயிருந்தேன்னா தனிக்காட்டு ராஜா. இங்கே எனக்கென்ன வேலை? பிடரிவரை முடி, தொப்புள் மட்டும் தாடி மீசை வளர்த்துண்டு, காஷாயம் உடுத்தி வடக்கே எங்கேனும் கங்கைக் கரையில் உட்கார்ந்து 'பம்பம் மஹ்தேவ்' – வேறொண்ணும் தெரிய வேண்டாம் – சொல்லி விபூதி குங்குமம் பிடிச்சுக் கொடுத்தேன்னா – மிச்சப்பல்லையும் தட்டிட்டு அத்தனையும் தங்கப் பல்லாக் கட்டிப்பேன்..."

(மனிதனுக்கு ஆசை எப்படியெல்லாம் பேசுகிறது!)

"... அங்கிருந்து வழி தப்பிப் போனாப் போல இந்தப் பக்கம் ஒரு ஒரு சமயம் பரதேசி வரானே, நம்நாட்டு ஆண்டி போல் வத்தக்காச்சியாவா இருக்கான்? எண்ணெய்க் குடத்திலிருந்து பிடுங்கின மாதிரி – இடுப்பா அது! முத்தின ஆலமரத்தின் அடிமரம். இந்தப் பக்கம் அந்தப் பக்கமும் ரெண்டு பேர் அணைச்சாலும் எதிருக்கெதிர் கைதொடாது. 'பம்பம் மஹ்தேவ்' என்கிறான். ஏப்பம் விடறமாதிரி. அடித் தொண்டையில், மலையைக் குடைஞ்சு ரயில் ஓடரது. அதிலே ஏறிண்டே திரும்பவும் அவன் ஊர்பார்க்கப் போய்ச் சேர்ந்துடலாம். இவன்கள் எல்லாம் ஏன் இந்த க்ஷாமபூமிக்கு வரான்கள்...?"

இந்த மனுஷன் சம்பந்தா சம்பந்தமில்லாமல் என்னவோ பேத்திண்டே போறானே. இந்த ப்ரதாபமெல்லம் இவனை எவன் கேட்டான்? என் நாவில் மந்திரம்போல் ஒரு நாமம் துடித்தது. வெளிப்பட்டால் அதன் நயம் உடனே பொரிந்துபோம். உள்ளிருந்தால், நான் வெடித்து விடுவேன். அவ்வளவு நுட்பமான, வேதகமந்த்ரம், வேதனாமந்த்ரம்.

என் வேதனை தெரிந்துதான் வேணுமென்றே என்னை வதை செய்கிறானா? அல்ல – எல்லாம் தான் வெட்ட வெளிச்சமாயிருக்கிறதே. அவன் சொல்லி நான் தெரிந்து கொள்ள என்ன இருக்கிறது என்று சொல்லாமலே விடுகிறானா? இரு மல்லர்கள் சமயம் பார்த்து ஒருவனுடன் ஒருவன் மோதிக் கட்டிப்பிடிப்பதற்கு முன், கோதாவில் ஒருவரையொருவர் வளைய வருகிறோம்.

பரிசு?

அவன் அனுபவித்து அவனிடமிருந்து பறந்து போயாச்சு.

என் நெஞ்சுகள் பறந்து தவிக்கிறது.

"இலை போட்டாச்சு!"

கணீரென அவன் மனைவியின் குரல் சமயத்தைக் கலைக்கிறது.

மத்தியான்னம் மாமா வீட்டுக்கு. கண்ணில் பட்டதெல்லாம் புதுமுகங்கள். எங்களைப் பார்த்து மிரளமிரள விழிக்கின்றன. நியாயம் தானே! பிள்ளைகளுக்கெல்லாம் பெண்டுகள் வந்துவிட்டார்கள். ஆளுக்கொரு குடும்பமாகப் பெருகி விட்டது. வீடு, வீடா அது - 'ஜே ஜே'ன்னு இடைவிடாத இரைச்சல்.

மாமிதான் - அன்று கண்டமேனிக்கு அழிவில்லை. சுக்கங்காயா வற்றி, சதாயுசுக்குக் குறைவற்றவளாகத் தோன்றுகிறாள். நெற்றிக் குங்குமம்தான் அழிந்து போயிற்றே அன்றி, தலையில் ஒரு மயிர் கூட நரைக்கவில்லை. நெற்றியில் ஒரு வரிகூட கோடவில்லை. சில பேர் ராசி அப்படி. ஜலம் பாயப் பாய, கூழாங்கள் இன்னும் வழ வழ...

"யாரது அம்பியா? என்னடா உயிரோடுதானிருக்கையா, செத்துப் போயிட்டையா? உருவே தெரியல்லியே! நாட்டுப் பெண்ணே வாடியம்மா! நமஸ்காரம் பண்ணறயா, பண்ணு பண்ணு - அப்படியில்லே திக்கு இதுதான் கிழக்கு - தோளோடு தாலி தொங்கத் தொங்கக் கட்டிண்டு பதினாறும் பெத்து - பதினாறும் பெத்துடாதே, நான் சொன்னேனேன்னு, நாள் இருக்கற இருப்புலே! என்ன ஒண்ணுமே காணோமே, கைப்பிள்ளையேனும் அழைச்சுண்டு வரப்படாதோ? என்ன சிரிக்கறே, என்ன முழிக்கறே? ஒண்ணுக்குக் கூட வழியில்லையா? நீங்களேதான் ஒருத்தருக்கொருத்தர் எச்சிலா? சரி, பிராப்தம் அப்படியிருந்தால் நீயும் நானும் என்ன பண்றது? கடைக்காரனாவது கொசிர் போடறான். கடவுள் எடைக்குமேல் இம்மி

கூட மாட்டேன்கறான். தவிட்டையும் தங்கத் தராசில் தான் நிறுப்பேன்கறான். ஆனால் யோகமும் இப்போ தவிட்டுக்குத்தான் அடிக்கிறது. இங்கேதான் பார்க்கறையே, வதவதன்னு, போதாதா? வாடா பசங்களா, உங்கள் மாமாடா, மாமிடா, நமஸ்காரம் பண்ணுங்கோ! உங்கள் நமஸ்காரங்களும் கூலிக்குத்தானே! உங்கள் புது மாமி என்னென்னவோ பெட்டியிலிருந்து எடுக்கறாளே! எடுத்துண்டேயிருக்காளே! பிஸ்கோத்து பாக்கட் பாக்கட்டா, பப்பர்மிட்டு, சொக்காத் துணி, ரவிக்கைத் துணி – நீங்கள் இத்தனை பேர் இருக்கேன்னு எப்படிடா அவளுக்குத் தெரியும்? நாள் கழிச்சு பார்க்கறோம்; இதுவும் நியாயம் தான். ஆனால் நியாயத்துக்கும் எல்லை உண்டேப்பா அம்பி! அதைத் தெரிஞ்சுண்டிருக்கையா? தெரிஞ்சிருந்தால் சரி, இங்கிருந்தபடி உன் எல்லை என்னென்னு நான் கண்டேன்? மயிர் நரைச்சுப் போனாலும் வாழ்வு பச்சையாயிருக்குன்னு வெச்சுக்கறேன், அதைத் தவிர எனக்கென்ன தெரியும்? நாள் கழிச்சு ஒத்தரை யொருத்தர் பாக்கறோம். நீ போன முகூர்த்தம் நல்லபடியா திரும்பி வந்திருக்கே, இதைவிடத் திருப்தி எனக்கு வேறென்ன வேணும்...?”

பெரியவர்களுக்கு எப்படி இப்படி ஒரு தீர்மானம், எல்லாம் தங்கள் அருள் தான் என்று? வீட்டை விட்டுத் துரத்தினாலும், அது துரத்தப்பட்டவன் நன்மைக்காக அவர்கள் செய்த தியாகம் என்று எப்படி நிரூபிக்கிறார்கள்? அகந்தையைப் பங்காக அவர்கள் எடுத்துக் கொண்டபின் மிச்சமாய் எஞ்சிய அகத்தையும் அழித்து விடுகிறார்கள். எப்படி அது?

சாவித்ரிக்கு அலுப்பு. என்னுடன் அவள் வரவில்லை. நான் வீட்டை விட்டுக் கிளம்பும் போது ரேழித் திண்ணையில் அவளும் மாமியும், பிரிந்தவர் கூடினாற் போல் கொள்ளை ரஹஸ்யம் பேசிக் கொண்டிருக்கிறார்கள். என்னைக் கண்டதும் மாமி பேச்சைச் சட்டென்று நிறுத்தி, தொண்டையைக் கனைத்துக் கொள்கிறாள். புன்னகை பூக்கிறாள். இந்த வயதில், பல்வரிசையும் வெண்மையும், பொய்ப்பல் தோற்றது.

நான் வாசல் தாண்டியதும், மீண்டும் 'கிசுமுசு கிசுமுசு' –

எனக்குத் தெரியும். என் மண்டை உருள்கிறது. அந்த நாளில் நான் இருந்த இருப்பும் ஆடின ஆட்டமும், அந்த நொண்டி 'மணியாட்டி' வீட்டையே சுற்றிக் கொண்டிருந்ததும், மாமா புத்தி சொல்லப் போய், அவருக்கு நான் இழைத்த அக்ரமமும், நான் வீட்டை விட்டு ஓடிப் போனதன் மூலம் என்னையே எனக்கு மீட்டுத் தந்ததும் அத்துடன் மட்டும் அல்ல – என் உலகத்தின் மகத்தான புதையல் சாவித்ரி எனக்குக் கிடைத்ததற்கே தாங்கள் காரண பூதமாயிருந்ததும் –

இந்த ரீதியில், சொல்பவளுக்கும் விஷயத்திற்குக் குறைவில்லை. கேட்பவளுக்கும் சுவாரஸ்யம் மட்டு இல்லை.

I don't care.

என்னுள் நான் காணும் சூன்யத்தில், எனக்கு வைக்கும் பெரிய சூன்யத்துள் மறைந்து போன சின்ன சூன்யம்.

வாய்க்கால் தாண்டி, ஐயனார் கோவில் மதில் திரும்பினதுமே கண்ணுக்குக் காத்திருப்பதே போன்று, சட்டெனக் கண்ணுக்கெட்டியவரை வயற்காடுதான். இந்த வழிதான் நான் ஊரை விட்டு ஓட அந்த நாள் ரயிலைப் பிடிக்க ஓடி வந்த வழி. அன்று, கல்லும் முள்ளும், கதிர்களை அறுத்தபின் துருத்திக் கொண்டு நின்ற கட்டைப்புல்லும் காலில் பொத்தன. இன்று, முகம் திரும்பிய இடமெல்லாம் கடலாய்க் கண்குளிர்ப் பசேர். மாலைக் காற்றில், கதிர்கள் ஒரே சீராய் அங்கம் அங்கமாய் அலைவிதிர்கையில், பிரும்மாண்டமான உடல் திரட்சியில் ஒரு மாது, பூமியே படுக்கையாய்ப் புரள்வது போன்றிருக்கிறது.

தென்றலின் இதவு உடலின் ரோமக்கால்களின் வழி உள்புகுவது உணர்கிறேன்.

அதோ தகரக் கொட்டகைகள் இரண்டு தெரிகின்றன. பிறவியின் பிரயாணம் முடியும் இடம் தகரக் கொட்டகைதான். நான் இங்கு விட்டுப்போன பின்னர் இத்தனை வருடங்களில் எரிந்து நீர்த்த எத்தனை எத்தனையோ அஸ்திகளில், கண்ணுக்கெட்டாப் பொடிப்பொடி ஸன்னங்கள் காற்று வாக்கில் சிதைப்படுகையினின்று எழும்பி பூமியின் நான்கு – அல்ல – நாற்பதினாயிரம் திக்குகளில் பறந்து செல்கையில், என் மேல் ஒற்றுவது எது அவள் சின்னம்?

இந்த உறுத்தலுக்குப் பதிலிறுப்பது போன்று, பிரும்மாண்டமான அங்கத் திரட்சியில், பூமியே படுக்கையாய்ப் புரண்ட பசுமை வடிவத்தினின்று, பிரும்மாண்டமான பெருமூச்செறிந்தது. எனக்கு

ஏதோ சேதி காற்றுவாக்கில் தவிக்கிறது... என்னைப்போல் ஒரு சின்ன உயிர், உடல் கூட்டினின்று விடுபட்டு, அனலாகி, புனலாகிப் புவியுமாகி, இப்பரந்த வெளியின் பேருயிருமான பின்னர், அந்தப் பாஷை எனக்குப் புரியாதா புரியாதா புரியாதா...

வான் பாதியும் பூமியின் பாதியும் விளிம்பு சேர்ந்த முழு உருட்டு இப்பூமி. நித்யத்வம் உகுத்த கண்ணீர்த் துளி. அதன் நீரோட்டத்தில் ஆடும் நிழல்கள் நாம் – நம்மை நாம் என்று கொண்டதன் விளைவாய் நேர்ந்த நம் வாழ்வுகள் தாழ்வுகள், அஸ்திகள், அஸ்தியில் பூத்த நினைவுகள் – நாம் எல்லோருமே கண்ணீரின் நிழல்கள். இங்கு ஏதோ அற்புதம் என்னை சாக்ஷி வைத்து நிகழ்ந்து கொண்டிருக்கிறது. என்ன அது? வான்வீச்சில் தேடுகிறேன். பார்வையின் வாள் வீச்சில் சின்னாபின்னமாய், மேகச்சிதர்கள், அந்திஜால வர்ணங்கள் பூரித்துத் திக்குத் திகைத்து நிற்கின்றன. நகர்கின்றன, விரைகின்றன, அலைகின்றன. அத்தனையும் ஊமைக் குழந்தைகள். அவைகளின் தெய்வீகத் திகைப்பின் கனம், என் மார்பு அழுந்துகிறது. அவைகளின் வாயடைத்த வேதனை மோனத்தில் கூக்குரலிடுகிறது. உணர்ச்சிகள், உணர்வுகள், அத்தனையின் ப்ரதிநிதியாய், மோனத்தின் ஒரே வாய் ஒரே குரல் ஒரே கேள்வி ஒரே பதில் இத்தனையின் ஒரே குவிப்பின் ஒரே கூர்ப்பாய்த் திடீரெனக் கரடி மலை, காற்றில் ஆடும் திரைச் சீலையில் தீட்டிய சித்திரம் போன்று, கண்ணுக்கும் நெஞ்சுக்கும் படபடத்துக் கொண்டு எழுகின்றது.

மோனத்தின் மூலக்கோபுரம். எதிர்மறைகளின் இழைவு.

கண்ணெதிரிலேயே குன்றின் பின்னணியில், கோபக் கண்ணாய் ஒளிக்கதிர்கள் நரம்போடிய செவ்வானம் சட்டெனக் கோபத்தணிவில் ம்ருதுவிடத் தொடங்கிவிட்டது.

நானொரு பச்சோந்தி

நானொரு பைத்யம்

நானொரு குழந்தை

எனக்கு உடனே கோபம்

– உடனே சிரிப்பு

காரணம் கேட்டால்

காரணம் அறியேன்

பட்டது விட்டு

நான் வெட்கம் கெட்டவன்

என்று வானம் வெட்கம் தெரிவித்து, கெட்ட வெட்கத்தின் அழகு கொள்கிறது.

மணவறை மஞ்சத்தில், புலவி வெறியில், பிய்த்தும் உருவியும் தானாவும் உதிர்ந்த மலர்கள்போல் வானில் மேகங்கள் இப்போது சிதறிக் கிடக்கின்றன. இவ்வளவு மகத்தான கலவி கொண்ட விராட்புருஷன், அவனுடைய ஸ்திரீ யார்?

மனதில் ஓவியங்கள் மாறும் வேகம், விதவிதம், உடல் தாள முடியவில்லை. இங்கு ஏதோ ரஸவாதம் என்னை சாக்ஷி வைத்து நேர்ந்து கொண்டிருக்கிறது.

இதோ பார், கரடிமலை ஆட்டுமந்தை மேயும் குன்றாக மாறிவிட்டது. கண், முகம், கால், குளம்பு தெரியாது சின்னதும் பெரிதுமாய் உரோமப்பந்துகளாகி, மேகங்கள் திரள்திரளாய் ஊர்கின்றன, உருள்கின்றன, சுருள்கின்றன, தயங்குகின்றன, குன்றின்மேல் தவழ்கின்றன, குழைகின்றன, துவள்கின்றன. ஒன்றிரண்டு மொட்டை வால்கள் கூட மொட்டு விட்டிருக்கின்றன.

இதோ பார், கரடிமலை திடீரெனக் கறந்தபால் நுரை பொங்கிவழியும் பெருங்குவளையாக மாறிவிட்டது. குன்றின் உச்சியில் மேகங்கள் அப்படி அடர்ந்து தூயவெண்மையைச் சொரிகின்றன, சுரக்கின்றன.

பாலின் கருணை, தாய்மை.

இதோ பார், கரடிமலை திடீரெனக் குலுக்கிக் குலுக்கி, பூஜைக்குப் பறித்த மலர்கள் குவிந்து புலுபுலுக்கும் புஷ்பக் குடலை, கட்டை விரலும் பாம்பு விரலும் மட்டும் நுனிசந்தித்து, ஒவ்வொரு சந்திப்பும் ஒரு லக்னம், லக்னத்தின் முத்திரை – அவ்வளவு நுட்பம், அவ்வளவு ஜாக்கிரதை, அவ்வளவு பக்தியுடன், காம்புக்கு நோகாது, ஆய்ந்தது அவைகளே அறியாது பறித்த மலர்கள், மேகங்கள் திடீரென அவ்வளவு நளினத்தில் அலர்ந்து விட்டன.

அவை தமக்குத்தாமே ஏதோ கவிதை புரிந்து கொண்டிருக்கின்றன. மானிடர் மக்கு. நமக்குப் புரியவைக்கும் நேரம் அவைகளுக்கில்லை. தேவையுமில்லை. பூரா புரிந்துகொள்ளும் சக்தியும் பாவிகள் நமக்கில்லை. நெகிழ நெஞ்சம், பார்க்கப் பாக்கியம், மலரக் கண், படைத்தவர் கண்டு

கொண்டேயிருக்கலாம். காண்பதும், கண்டதில் இழைவதுமன்றி கவிதையில் புரிந்து ஆகவேண்டியதென்ன?

குன்றின்மேல் ஒரு பெரும் புகைமண்டலம் தேங்கி நிற்கிறது. இப்போது இருண்டது நேரமா? என் கண்களா?

மேகத்தைக் கடையும் சாக்கில், கரடிமலை காலத்தையே கடையும் மத்தாக மாறிவிட்டதோ? செவியோரம் யுகங்களின் ஓசை கடைகிறது. நெற்றிப் பொட்டின் நரம்பு மீட்டலினின்று குதித்தெழுந்த நாதபித்து நான், என் சடலங் களைந்து அந்தரத்தில் மிதந்து செல்கிறேன். கரடிமலையா, இது கைலை மலையா? கைலைமலைச் சாரலில், எந்த லோகத்தின் எந்த நிமித்தத்தில், ஆண்டவன் சந்நிதானத்திலேயே வெட்டிய எந்த ஹோம குண்டத்தினின்று எழுந்த புகையிது?

"ஸத்யோ ஜ்யோதி ஜுஹோ மிஸ்வாஹா ஆ:
ஓம் பூர்ப் புவஸ்ஸுவஸ் வாஹா ஆ..."

ஆஹுதியின் மந்த்ரகோஷம் இட, கால, தூரத்தைக் குடைந்து எட்டுவது போன்று ப்ரமை தட்டுகிறது. ஆனால் சென்றது, நிற்பது, இனி வரப்போவதன் பேதக் கோடுகள், நிகழ்ச்சியின் நிபந்தனைகள் அழிந்த இந்த நிலையில் ப்ரமை எது? நிஜம் எது? புகைக் கண்ணைக் கரிக்கிறது. ஆனால் கசக்கக் கண் இல்லை, கையுமில்லை. அங்கம், அவயவங்கள் விழுந்து, இந்த அசரீரத்தில் ப்ரக்ஞை ஒன்றுதான் மிச்சம். எனக்கு நான் சாக்ஷி, என் சாக்ஷி எனக்குத் துணையெனும் சாரமும் விழுந்ததும் என்னைக் கவ்விக் கொண்ட திகில் – திகிலே அகிலாய், என் மேல் கவிந்து கொண்ட முகிலின் பேருருவம் தானா இந்தப் புகை?

இந்த ரீதி எந்நேரம், எவ்வளவுதூரம் இருந்ததோ? ஆனால் மேகங்கள் தம் நெய்தலில் இதோ உரமும் ஒழுங்கும் பெற ஆரம்பித்துவிட்டன. துகில் போர்போராய்க் குவிகிறது. இடையிடையே ஜரிகை சுடர் விடுகிறது. உயர்ந்த ரகஸல்லா, மடிமடியாக வானில் அலைகிறது. இந்தத் திரைக்குப்பின், மஞ் சத்தில், ஜன்னலண்டை, பல்லக்கிலிருந்து என்னைக் கவனிப்பது யார்? என் உயிர், சக்தி யாவற்றையும் தன் பார்வையாலேயே உறிஞ்சி விடுவது போலும், தன்னைக் காட்டாது, தன்வேகம் மட்டும் களவுகாட்டும் இந்தப் பார்வை யாருடையது? ஹிமவான் புத்ரி, ஹைமவதி, பர்வத ராஜகுமாரி...

திரை இதோ லேசாய் விலகுகிறது. ஒரு இம்மிதான். விலக்கிய விரல் நுனிகளுக்குப்பால் எடுப்பான புருவத்தின்

வில் வளைவின்கீழ், இமையடியில், நுனிகொடுக்காய் வளைந்த கத்திகளை அடுக்காய்ச் சொருகினாற் போன்று நுனி நீண்டு சுருண்ட கண் ரப்பை மயிர்களின் கீழ் வெள்ளை விழி மேட்டில் சுழன்ற கருவிழி ஒன்று...

அடித்தொண்டையைக் கிழித்துக்கொண்டு, பூமியைப் பட்டை உரித்தாற்போல் என்னின்று ஒருகுரல் வீறிட்டது.

பிறகு நேர்ந்தது அறியேன்.

மல்லாந்த முகத்தில் பனித்த காற்றுதான் மீண்ட நினைப்பின் முதல் உணர்வு.

கண் திறந்ததும் விழிகளில் முதல் பேய்வு வானின் தண் முழுநீலம். வானின் முழுநீலத்திற்கும் அண்ணாந்த என் பார்வைக்கும் குறுக்கே ஓர் முகம் புகுகின்றது.

சக்கு.

நான் செத்துப்போயிட்டேனா?

ஆச்சர்யம், பயம் இரண்டும் ஒருங்கே தந்த பலத்தில் உதறிக்கொண்டு எழுகிறேன்.

"பயந்தே போயிட்டேன் மாமா! அதென்ன அப்படிக் கட்டையாக் கிடந்தேள்?"

முகத்தை வேட்டி நுனியால் துடைத்து, கன்னத்தில் குறுகுறுத்த சிவப்பை மறைக்க முயன்றேன்.

"பாம்போ பூச்சியோ என்னவோ..." என்று இழுத்தாள். "மலைக்கு அந்தண்டைப்பக்கம்..." கையை வீசினாள். "ஒரு பெரிய புத்து இருக்கு, மதில் மதிலா குழல் விட்டுண்டு. இப்போல்லாம் நான் அந்தப் பக்கம் எட்டிக்கூடப் பாக்கறதில்லை. ஓரே பயம் – என்ன மாமா ஒரு மாதிரியா முழிக்கறேளே! என்னை நெனப்பில்லையா? காலையில் வந்தேள், மாலையில் மறந்து போச்சா?"

"மறக்கவில்லை" என் குரல் லேசாய்த் தடித்தது. நான் ஏமாந்த நிலையில் என்னை அவள் கண்டுவிட்ட கோபம். அடக்கிக் கொள்கிறேன். "என்ன அதற்குள் மறந்துவிடுமா? மறக்கலாமா?"

அவள் முகம் மலர்கிறது.

"இல்லே மாமா என்னமோபோல் இருக்கேளேன்னு கேட்டேன்."

"எதுபோலுமில்லை. பழைய இடத்தில் வந்து புதிதாகப் பொருந்திக் கொண்டிருக்கிறேன்."

"என்ன சொல்றேள்?" விழித்தாள். "புரியல்லியே!"

அவள் திகைப்பைக் கண்டதும் எனக்கு வாய்விட்டுச் சிரிப்பு வந்துவிட்டது.

"உனக்குப் புரியத் தேவையில்லை. பயப்படாதே. எனக்குக் காக்காவலிப்பு இல்லை. காற்று சுகமாயிருந்தது கண்ணயர்ந்து போச்சு, அவ்வளவுதான். இங்கு நீ எங்கே வந்தாய்?"

"மலை மேல் விளக்குப் போட வந்தேன். நான் தான் வர வழக்கம். அப்பாவுக்கு சாயங்காலம் இங்கேயிருந்து இரண்டாவது கல்லில் ஒரு பிள்ளையார் கோவிலில் ஒரு கால பூஜை. கையோடு ஒரு குடம் குடிஜலமும் எடுத்துப் போவேன். இதோ ஒரு நிமிஷம். மேலே போய் வந்துடறேன். இங்கேயே இருக்கேளா?"

"நானும் வரேன்."

"உங்களுக்கேன் கஷ்டம்?"

"என்ன கஷ்டம்? என்னை என்ன மூட்டை கட்டி வெச்சுட்டியா? நான் ஏறாத கரடிமலையா?"

இடுப்பில் குடத்துடன் அவள் முன் ஏறுகையில் வேணுமென்றே என் நடை அவளை இரண்டு படிகள் முன் விட்டது.

இடுப்பில் குடத்திற்கு இடம், குடத்தின் செருக்கு.

இடையில் குடம் இடுப்பின் செருக்கு.

இடையின் வளைவுள் குடத்தின் வளைவு புதைந்ததும் கோடுகள் பூக்கும் மர்மப் புன்னகை இதயத்தில் ஒளி தட்டுகின்றது.

படியேறுகையில், அவள் உடலில் லேசான வளைவுகள் சுடராட்டம் போல் விளைகையில், முதுகுப்புறம், வலது தோளில் ரவிக்கை தையல் விட்ட இடத்தில் பளீரிட்ட சதை நெருப்பு நெஞ்சில் பற்றிக் கொள்கையில், இதுவரை சென்று போன வருடங்களில் அங்கு குவிந்து அழுகிய குப்பை கூளங்கள், வயதின் சருகுகள் எரிகின்றன. நானே லேசாகிக் கொண்டிருக்கிறேன்.

ஏதோ லேசாய் ஒரு மெட்டை முனகியபடி ஏறுகிறாள்.

பாட்டு அல்ல. இளமையின் கீதம்.

இவள் இன்னும் தன் அழகை அறியாள். அதுவே இவள் அழகைப் பன்மடங்கு பெருக்குகிறது.

படிக்குப்படி வானம் தலைமேல் இறங்கி மெத்துமெத்தென மிதக்கின்றது. தொட்டுவிடலாமோ? அதுதான் கீழறங்கி விட்டதா, அல்ல நான் தான் உயர்ந்துவிட்டேனா?

நீலமெத்தையில் பஞ்சு பறக்கிறது.

கரடிமலையே, நீ எங்கள் பெருந் தாய். நாங்கள் உன் குட்டிகள். நீ இப்போது எங்களை உன் மார்புற அணைத்துக் கொள்கையில், நாங்கள் உன் ஆலிங்கனத்துள் அவிழ்கையில், உன் இதயத்தில் புதைந்தோமா, அல்ல, உன் கருவினுள்ளேயே புகுந்துவிட்டோமா? நீயே சொல்.

இல்லை, நீ சொல்லமாட்டாய். உன் மனம் கல். எங்கள் அனுபவம் தான் எங்கள் பேறு. எங்கள் பேறுதான் உன் பதில். அவரவர் இஷ்டம், எண்ணம், நினைப்பின் வன்மைக்கேற்றபடி அவரவர் பேறு.

எத்தனைமுறை சக்குவும் நானும் உன்னை ஏறி இருப்போம்! அன்று கூடத் தெரியவில்லை. இப்போது தோன்றுகிறது, அன்று ஏறியதற்கெல்லாம் பொருளும் பலனும் இன்று ஏறுவதில்தான் கிடைப்பதுபோல். என்ன பலன், என்ன பொருள் என்பது தான் புரியவில்லை. ஏதோ சிக்குப் பிரிகின்றது. அதற்கு மேல் புரியவில்லை. சோபனபடத்தின் பெரிய ஏணிபோல், இந்தப் படிக்கட்டு பரமபதத்துக்குத்தான் கொண்டு போய்விடுமோ, அல்ல பெரிய பாம்பின் வாயில் தான் முடிகிறதோ? இந்தப் படிக்கட்டே ஒரு பெரும் மண் உணிப் பாம்போ?

சென்றுபோன காலத்துள் புதையும்,

தான் மென்று உமிழ்ந்த மண்ணில்

புதைந்த மண் உணிப் பாம்பு.

சென்று போனதற்கும் இனி வரப் போவதற்கும் வித்தியாசம் என்ன? இரண்டுமே நடுநின்ற தருணத்தின் தூலச் சாயல்கள் தான்.

நான் தருணக் குமிழியில் மிதக்கிறேன். காலை ஊன்றி படிப்படியாக ஏறுவதாகவே தோன்றவில்லை. ஏதோ போதை அழுத்துகிறது.

திருவேலநாதர், காற்றில் உருவானவரே போல் கண்ணெதிர் திடீரெனப் பிதுங்குகிறார். காரணம்: அவரை நோக்கியே நான் ஏறிக் கொண்டிருந்தாலும் சமயத்தில் அவரை மறந்தாச்சு.

லா.ச.ராமாமிர்தம்

ஆகையால் இப்போ அவர் என் கண்முன் படுகையில், அவர் நான் எதிர்பாராதவரே ஆகிறார்.

அவரைப் பற்றிச் சொல்ல என்ன இருக்கிறது? என்றும் அவர் அன்றேபோல்தான் இன்றும். முடிந்தால் மண்டையின் உருண்டை முன்னிலும் பளப்பள, வழுக்கை வழவழ. காற்றும் புட்களும் போக்குவாக்கில் வீசியிறைத்த சருகுகள், குப்பைக் கூளங்கள், எச்சங்களின் அர்ச்சனை நடுவே ஆனந்தமாய் வீற்றிருக்கிறார். அவரைக் கேட்போருமில்லை. மீட்போருமில்லை.

அவரும் பரஸ்பரம் அப்படித்தான்.

கவலையற்ற கடவுள்.

கொடுத்து வைத்தவர்.

அவள் ஏற்றிவைத்த விளக்கும் இக்காற்றில் எப்படி நிற்கும்? சுடர், திரியில் துளித்துக் குதித்து, காற்றில் அலைந்து, குன்றித் தவித்துக் குற்றுயிராய்த் துடித்தது. அவள் கீழே விழுந்து கும்பிட்டு எழுந்து நிற்கத்தான் காத்திருந்தாற்போல் அவிந்து, புகைநூல் சுழன்று எழுந்து, தீய்ந்த நெடி மூக்கைத் துளைத்தது.

அன்று சக்கு இப்படித்தான் விழுந்து எழுந்தாள்.

சிந்தனையின் சொந்தத்தில், பார்வை மங்கி, இவள் இப்படி மார்மேல் கைகட்டிக் கொண்டு நிற்கையில், ஆண்டவன் ஒற்றியெடுத்த அச்சில் அவளைக் காட்டிலும் இந்த முகத்தின் செதுக்கல் இன்னும் தெளிவு. அவ்வளவுதான். நெற்றி வகிடினின்று ஒரு பிரி கலைந்து காதோரம், காற்றில் எஃகுச் சுருள் சுழன்று, தன்னோடேயே கண்ணாமூச்சி விளையாடிற்று.

இந்தச் சமயத்தின் வினாடிகளை, அவைகளின் துளிப்பை, ஸ்படிகமாலை மணிகளைப் போல் ஜபித்துவிடலாம். கட்டுக்கட்டாய் அவைகளின் சுழற்சியைக் கண்ணாலேயே கண்டு விடலாம் போன்று அமைதி எங்களைச் சூழ்ந்தது.

வான விளிம்பினோரம் ஒரு பக்ஷி பறந்து செல்கிறது.

அது வெறுமெனப் பறப்பது போல் தோன்றவில்லை. எங்களைச் சூழ்ந்த அமைதிக்கு நூல்பிடித்து, உலகத்தையே வளைப்பது போல் தோன்றுகிறது.

அவள் முகம் மெதுவாக என் பக்கம் திரும்புகிறது. கண்களில் சிந்தனைப்படலம் கலையவில்லை.

“என் அம்மா செத்த விதம் உங்களுக்குத் தெரியுமோ?”

எனக்குத் தூக்கிவாரிப் போட்டது. திடீரென்று அப்படி அவள்...

காலடியில் பூமி விட்டது.

"ராப்பூரா தேடியலைஞ்சுட்டு - எந்தக் காரியம் எப்படியானாலும் காலை பூஜை நடந்தாகணுமே! சுவாமி தலையில் தண்ணியைக் கொட்டியாகணுமே! - அப்பா குடம் ஜலத்துடன் மலையேறிவந்தால், லிங்கத்தைக் கட்டிண்டு அம்மா செத்துக் கிடக்கறா?"

இழுத்துவிடுத்த நாண் செவியோரம் 'பூம் பூம்', 'பூம் பூம்'...

கண்ணுக்குமீறிய ராக்ஷஸங்கள் எவையெவையோ எங்கெங்கோ முறிந்து,

இருள்தூலங்கள் என்மேல் சாய்கையில், எங்கிருந்தோ ஒரு குரல்:

"... சுவாமிக்குக் கும்பாபிஷேகம் பண்ணும்படி ஆயிடுத்து. குருக்கள் வீட்டைத் தூத்தாதவாள் கிடையாது. மத்த நாள் கோவிலுக்கு மலையேறி வரவாள் பக்தி தட்டுக்கெட்டுப் போயிடறது ஒண்ணுமில்லாட்டாலும், ஊரே 'கொல்'லுனு ஆயிடுத்து. 'செத்தும் கெடுத்தாள் பாவின்னு' அப்பா சபிப்பார்."

திடீரென அவள் முழுக்க என் பக்கம் திரும்பினாள். அவள் முகம் வேதனையில் முறிந்தது.

"நீங்கள் சொல்லுங்கோ மாமா, அம்மா பேரை நீங்கள் சொல்றேள். என் அம்மாவைப் பார்த்திருக்கேள். என் அம்மா என்ன அப்படிக் கெட்டவளா?"

கைகளைப் பிசைந்து கொண்டு, காற்றிலாடும் புஷ்பப்புதர் போல், குன்றி நீ இப்படி நிற்கையில் நீ செத்தாய் என்று உன் வாயாலேயே நீ சொல்லும் விந்தை என்ன? நீ கெட்டவளா என்று என்னையே கேட்கும் அர்த்தம் என்ன? என்னிடம் என்ன சத்தியத்தைக் கேட்டு வாங்குகிறாய்? எனக்கு ஒண்ணுமே புரியல்லியேடி!

இருகைகளாலும் நெற்றிப் பொட்டைப் பற்றிக் கொள்கிறேன். கன்னங்களில் கண்ணீர் சுட்டது. பற்றியெரிகிறேனா? எரிநீரில் மூழ்குகிறேனா? இரண்டுக்கும் வித்யாசம் என்ன?

அவள் குரல் சொல்லும் கதை செவியில் பாய்கையில், மூடிய கண்களுக்குள் விழித்திரையில், கோலங்கள் நெய்த ஜமக்காளத்தை விரித்துப் போட்டாற்போல் செத்தவள், உயிர் பெற்று எழுகிறாள்.

ம்ருதங்கத்தை ஸ்ருதி கூட்டுவதுபோன்று இவள் குரலின் தன்மையிலேயே ஒரு சிறு முனகல், உச்சரிப்பில் ஒருமனமின்மை, சொல்லுக்குச் சொல், கொக்கி, ஓசைகளின் பிகுவை அவ்வப் போது இழுத்துத் தனக்குத்தானே தெரிந்து கொள்வதுபோல்.

"... அம்மா சதா சர்வகாலமும் அழுதுண்டேயிருப்பாளாம். வாய்விட்டு அல்ல. மோனக் கண்ணீர் வழிந்தபடியிருக்கும். காரணம் சொல்லமாட்டாள். கண்ணில் கோளாறோன்னு வைத்தியம், ஏவல், சூன்யமோன்னு மந்திரம் தந்திரம் வேப்பிலை, பூஜை எல்லாம் பண்ணிப் பார்த்தாச்சு. உள்ளே ஏதோ உடைஞ்சு போச்சு. மருந்துக்குப் பிடிபடல்லே மந்தரத்துக்குப் பிடிபடல்லே.

ஒருசமயம் இல்லாட்டா ஒருசமயம் அடக்க முடியாத ஆத்திரத்தில் அடி உதை கூட – ஊஹூம். கண்ணீர் நின்ற பாடில்லை. அதைப்பத்தி அழறவாளுக்கே அக்கறையில்லை. ஓரொரு சமயம் அம்மாவைப்பத்தி அப்படி நினைக்கையில் எனக்கே ஆத்திரம் வரது; கூடவே மனம் பரிதவிக்கறது.

தாத்தா சொல்வார்: 'உன் அம்மா கண்ணீராவே கரைஞ்சு போயிட்டா'ன்னு.

தாத்தாவை நன்னா நினைவிருக்கு. திண்ணையில் தான் எப்பவும் வாசம். தாத்தாவுக்கு கண் தெரியாது. தலையைத் தடவி என்னைத் தெரிஞ்சுப்பார். கதையெல்லாம் நல்லா சொல்வார். 'இப்போ என் கைதான் அம்மா என் கண்' என்பார். 'வாலு போச்சு கத்தி வந்தது டம் டம்; குரங்குக்கு ஒண்ணுபோனால் ஒண்ணு வந்தது டம்டம். உன் தாத்தாவுக்குக் கண்ணுபோச்சு பொண்ணு போச்சு எல்லாம் போச்சு உசிர் போகல்லே டம்டம்'னு ஏதோ சிரிப்பு வரமாதிரி சொல்லி முடிப்பார். சிரிப்பு கேக்காமல் வந்துடும். சிரிச்சப்புறம் சிரிச்சது தப்புன்னு தெரிஞ்சு பயமாயிருக்கும். ஆனால் ஏன் தப்புன்னு தெரியாது.

ஓரொரு சமயம் கண்ணிலிருந்து சதையை உரிச்சா போல், கண்ணே திடீர்னு தெரிஞ்சுட்டாப் போல் ஒரு திக்கா முறைச்சுப் பார்த்திண்டிருப்பார். அப்படி என்னத்தைப் பார்க்கறார்னு அந்தப் பக்கம் திரும்பிப் பார்ப்பேன். எனக்கு ஒண்ணும் தெரியாது. ஆனால் அவருக்கு மாத்திரம் ஏதோ தெரியும் போல இருக்கு.

'இப்போ தெரியறது' என்பார். திரும்பவும் அந்தத் திசையைப் பார்ப்பேன். அங்கு ஒண்ணுமில்லை.

'என்னது தாத்தா?'

'இப்போ புரியறது.'

'எது தாத்தா?'

'ஏன் அப்படி கண்ணீரா உருகி, காற்றில் கற்பூரமா காணாமலே போயிட்டான்னு.'

'ஏன் தாத்தா?'

'ஆனால் இப்போ புரிஞ்சு ப்ரயோஜனம்? புரிஞ்சதை சொல்லித்தான் ப்ரயோஜனம்? அப்பவே புரிஞ்சிருந்தாலும் அதனால் நடக்கப்போற காரியமும் இல்லை. ரகளைதான் கூட. நன்னா புரியறது. புரியறதுக்குமேலே ப்ருவ் ஆறது. கிட்டிமுட்டிப் போனால் யாருக்கு யார்? நீயாரோ நானாரோ யார் யாரோ ஆரிராரோ...ன்னு கட்டைக் குரலில் தாலாட்டுப் பாட ஆரம்பித்துவிடுவார்.

'என்ன தாத்தா பாடறேள்! ஒண்ணுமே புரியல்லியே!'

'எல்லா கேள்விக்கும் ஒரே பதில், ஒரே பதில்தான் ஒரே கேள்வி. கேள்வியேதான் பதில் – ஆரிராரோ ஆராரோ...'

திடீர்னு தாத்தா சிரிப்பார். சிரிப்பு புரியாது; ஆனால் அதன் வேதனை மட்டும் எனக்கு அப்பவே புரியும் – ஏன் மாமா உங்கள் கண்ணில் திரை மறைக்கறது?"

வெட்கமற்ற கண்ணீர் – அல்ல வெட்கம் நிறைந்ததா? – என் கன்னங்களில் வழிகின்றது. ஆயினும் என் குரல் மட்டும் கண்ணீரில் குளித்ததாய் சுத்தமாய், தெளிவாய் ஒலிக்கின்றது.

"உன் கதை நீ சொல்கிறாய். புஷ்பம் மலர்வது போல், அர்த்தங்கள் ஆயிரம் இதழ்கள் என்னில் தளையவிழ்கின்றன. ஆனால் உன் தாத்தா சொன்னாற்போல் – ப்ரயோஜனம்?"

"எல்லோரும் சேர்ந்து என்ன புதிர் பேசுவேளோ! எனக்குத் தலை சுத்தறது."

"ஆனால் ஒன்று சொல்கிறேன்."

அவள் புருவங்கள் வினாவில் உயர்கின்றன. ஆவேசம் வந்தாற்போல் என் வாயினின்று ஏதோ வார்த்தைகள் புறப்படுகின்றன.

"சக்கு, நீ சாகவில்லை."

அவள் பின்னிடைந்தாள். அவள் விழிகள் வட்டமாயின. பயம், வியப்பு. நான் அவளை நெருங்கினேன்.

லா.ச.ராமாமிர்தம்

“கிணற்றில் குடத்தை விட்டு, ஜலத்தைக் கலக்குமுன் ஜலத்தின் பளிங்கில் தெரிவது யார் என்று கிணற்றில் எட்டிப் பார்!”

அவள் கண்களில் கலக்கம் சட்டென விட்டது. புன்னகையில் கன்னங்களில் வெளிச்சம் படர்ந்தது.

“என்னவோன்னு பயந்தே போனேன். அம்மாவையே உரிச்சு வெச்சிருக்குன்னு அப்பா கூட ஒரொரு சமயம் சொல்வார். அதையே தாத்தா என் முகத்தைத் தடவித் தெரிஞ்சுண்டு சொல்வார். நானும் அப்பப்போ கண்ணாடியில் பார்த்ததுண்டு, பத்துத் தேய்க்கறப்போ, பித்தளைப் பாத்திரத்தில் பளிச்சுனு அழுக்குவிட்ட சுருக்கில் அது என் முகத்துக்குக் காட்டற பொம்மையில் என்னைப் பார்த்து என் அம்மாவை நினைச்சுப்பேன்.”

திடீரென என்னை ஒரு பெரும் ஆவல் ஆட்கொண்டது.

“உன் பேர் என்ன?”

“அபிதா.”

நான் திரும்பச் சொல்லிப் பெயரை நாக்கில் சுவைக்கிறேன். “அபிதா.”

அ – சிமிழ் போன்று வாயின் லேசான குமிழ்வில்,

பி – உதடுகளின் சந்திப்பில்,

தா – நாக்கின் தெறிப்பில்,

இத்தனை நாள் பிரிந்து போயும், மீண்டதுமே நினைவு கண்டு கொண்ட மனம், விட்ட இடத்திலிருந்து தொட்டுக் கொண்டு, மொக்கு விரிந்தாற் போல் கம்மென்று எழுகின்றது.

“நேரமாச்சு, போவோமா?”

நீ சொல்கிறாய். செல்கிறாய், நான் உடன் வருகிறேன்.

ஆண்டவன் வேண்டுவதும் இதுதான்.

“என்னிடம் உன்னை ஒப்படை.”

உன்னிடம் என்னைக் கொடுத்துவிட்டபின் இந்த சமயத்துக்கு என் மனம் எவ்வளவு லேசாயிருக்கிறது.

கரைகண்டவன் கவலைவிட்டவன். மிதப்பவனுக்கு மலையேறினால் என்ன? மலையிறங்கினால் என்ன? உயரவோ தாழவோ, எங்கு ஒதுங்கினாலும் அங்கு நான் உன்னோடு இருந்தால் சரி.

அற்ப விஷயம் சொற்ப சம்பவம் அடிவயிறு வெள்ளி வீச கடல் வயிற்றில் மீன்குட்டி துள்ளி விழுந்து தனிப்படுகையில், கடலென்றும் மீனென்றும் கண்ட தனிப்பேதம் பொருளா? பொருள் காட்டும் மருளா? அல்ல பொருள் காண்பதே மருளா?

அவிழ்த்து அவிழ்த்துப் போட்டு எடுத்தெடுத்துக் கட்டிக் கொள்ளும் பொருளே!

சமயமே சிற்பமாகிவிட்டபின் சிற்பத்தில் எது அல்பம் எது சொல்பம்?

ஆனால் சக்கு, நீ சக்குவா? அபிதாவா?

மலையேறுமுன் சக்கு. மலையிறங்கியதும் அபிதா.

ஆனால் நீ யாராயிருந்தால் என்ன? இனி உன்னைக் கவனிப்பதன்றி எனக்கு வேறு ஜோலியில்லை. நீ காத்த மலையாகிவிட்டாய். உன்னைக் கவனிக்கக் கவனிக்க உன் செயல், அசைவுகளின் நுணுக்கம் ஒவ்வொன்றும் நீ அபிதாவோ சக்குவோ, நீயெனும் கவிதையின் தனித்தனி அங்கமாய், ஒவ்வொரு தனிமையும் அதனதன் முழுமை பெற்று, அதன் இரக்கமற்ற கொக்கி என்மேல் விழுந்து கவ்வி, கழுவில் நான் நெளிகிறேன். தரிசனத்தின் பயங்கரம் இதுதான். தரிசனத்திற்கு இரக்கமில்லை. எந்த தரிசனமும் அஞ்சத் தக்கதே. என்னை எனக்கில்லாமல் எல்லாம் தனக்காக்கிக் கொண்டு விட்ட தரிசனி.

"நேரமாச்சு."

நேரமாச்சா என்ன? என் பொறிகலங்கிய நிலையில் நேரம் என்று ஒன்று இருக்கிறதா என்ன?

"போவோமா?"

போவோம். நீ சொல்கிறாய். நீ செல்கிறாய். நான் உடன் வருகிறேன்.

மலையடிவாரத்தில் கிணறு. ராட்டினத்தில் தொங்கும் கயிறுக்கு இதுவரை கள்ளன் வந்ததில்லை. எட்டிப் பார்க்கிறேன். அபிதா அபிதா! தாம்பு நுனியில் குடம் விடுவிடென இறங்கித் தொப்பென்று ஜலத்தில் விழுந்து மொண்டெழுந்த வேகத்தில் ஜலம் அதன் கண்ணாடி கலங்கி, சிற்றலை அதிர்ந்து அடங்கும் மிளிர்வில் அதோ சக்கு முகம் தோன்றிச் சிரித்து நலுங்குகிறது.

'விர்'ரென்று மேலேறி வரும் குடத்தை வசியமுற்றவனாய்க் கவனிக்கிறேன்.

கழுத்தில் கயிறுடன் தொங்குவது குடமா? நானா? எனக்கு ஏன் இப்படித் தோன்றுகிறது.

பிடிச் சுவர்மேல் குடத்தை இறக்கி, சுருக்கைக் கழற்றி, அவள் குடத்தை இடுப்பில் ஏற்றிக்கொண்ட வேகத்தில், ஜலம் அவள் முகத்தில், உடல் முகப்பில் விசிறி நனைத்தது.

ஜலமா? நானா?

குடத்தை ஒரு கை அணைக்க, மறுகையால் முகத்தைத் துடைத்துக் கொள்கிறாள்.

சிரிக்கிறாள்.

அவள் நடக்கையில் குடத்தில் ஜலம் துளும்பிச் சிரிக்கிறது.

நானா? என்னைப் பார்த்து நானேயா?

வான் விளிம்பில் ஒரு நக்ஷத்ரம் அர்த்தத்துடன் பார்த்துக் கண் சிமிட்டுகிறது.

அவள் முன் செல்கிறாள்.

நான் பின் செல்கிறேன். அவள் நடையில் இடுப்பின் கடையலில் என் மனம் பறிபோகின்றது.

குடத்தின் நசுங்கலிலிருந்து ஜலம் மத்தாப்பூக் கொட்டிக் கொண்டே போகிறது. அவள் நடக்கையில் ஜலம் தெளித்த இடம் பூமிக்குக் குளிர்ச்சி. ஆனால் அவள் நடை என் நெஞ்சுக்குத் தீ.

ஜ்வாலை காட்டும் உருக்கள்: "நானா? நீயா? நீயா? நானா?"

கேள்விகள் கொக்கிகள் என் முகத்தைப் பிறாண்ட எழுகின்றன. முகத்தை இருகைகளாலும் பொத்திக் கொண்டே நடக்கிறேன்.

ஆனால், சக்கு நீ எங்கும் போகவில்லை. என் அறிவீனத்தில் நான் எங்கெங்கோ போனேன். ஆனால் எங்கு போனேன்? போவதற்கும் போனதற்கும் எங்குமில்லை என்பதற்கு நானே எனக்கு ருசுவாய் இப்போது இங்குதானிருக்கிறேன்.

நீயும் இங்கேதானிருக்கிறாய்.

ஆனால், சக்கு என்றுமே நீ ஒரு இருண்ட கேள்வி.

அபிதாதான் உன் வெளிச்சமான பதிலோ?

அபிதா, உன் வெளிச்சம் கண் கூசுகிறது.

உன்னோடு கண்ணைப் பொத்திக் கொண்டுதான் நடக்கிறேன். எனக்கு என்ன தோன்றுகிறது? ஏன் தோன்றுகிறது? என்ன புரிகிறது? புரிந்தால்தானே?

புரிவதற்கே எதுவுமில்லை என்பதுதான் புரிகிறது. அது அது அந்தந்த சமயம் எப்படி எப்படித் தோன்றுகிறதோ அதுதான் உண்டு. தொன்றுதொட்டு இதுதான் நடந்து கொண்டிருக்கிறது. ஒன்று என்று ஒன்று, நீயும் நானுமென இரண்டாய்ப் பிரிந்து, பிரிந்தபின், பிரிந்தது திரும்ப ஒன்ற நீயும் நானும் படும் ஓயாத வேதனையில், நீயும் நானும் வெட்டியும் ஒட்டியும் ஒவ்வியும் ஒருவரோடொருவர் ஒப்பிட்டுப் பார்ப்பதும் – இதுதான் கண்டது!

இதில் ஒரு சமயம் நீ சகுந்தலை.

ஒரு சமயம் சாவித்ரி.

மறுசமயம் அபிதா.

அத்தனையும் உன் – 'நீ'யின் சட்டையுரிப்பு.

நான் – நான் –

கனவிலிருந்து விழித்த கண்களைக் கசக்கியபடி சுற்று முற்றும் பார்க்கிறேன்.

வானிலிருந்து இறங்கிக் கொண்டே வரும் இரவின் திரைக்குப் பின்னால், இருளின் பெரும் திரட்சியாய், கோபமான எச்சரிக்கையாய், எதற்கோ காவலாய், கரடிமலை சிலிர்த்துக் கொண்டு நிற்கிறது.

என்னைச் சுற்றி வயல்களில், பயிர்களின் பச்சையில் இரவில் கறுப்பஞ்சாறு வழிகிறது.

என்னெதிரே ஒற்றையடிப் பாதை வெறிச்சாய் ஓடுகிறது. நான் தனி.

மலைமேல் ராப்பூரா திருவேலநாதரின் தனிமையை நினைத்துப் பார்க்கவே பயமாயிருக்கிறது.

'நானி'ன் மாறாத, மட்டற்ற, மௌனத்தின் தனிமை.

சக்கு, நீ எப்படி, ஏன், அப்படி நள்ளிரவில் மலையேறி அந்தத் தனிமையில் கலந்தாய்?

“ஆண்டவனே என்னைக் கைவிட்டயே!” என்று அவனிடம் முறையிடவா?

“Eli, Eli, Lama Sabachtha-ni?”

உன் துயரம் உன் சிலுவையை நீயே சுமந்து மலையேறிச் சென்று, நீ விட்ட உயிர் யாருக்கும் குன்றிலிட்ட தீபமாயிருக்கட்டும் என்றா?

கரடிமலையின் கோபமூச்சுப் போல் திடீரெனக் காற்று எழுந்தது. வயல்களில் கதிர்கள் திகிலில் சலசலத்தன. மலையிலிருந்து கபந்தமாய் ஒரு கை நீண்டு என்னைத் தேடி வந்து என் இதயத்தை எட்டிப் பிடித்தாற் போல் இருந்தது. இதயம் 'சில்ல்ல்ல்'. உடல் ஒரு முறை உதறிற்று. குளிரில் ஒடுக்கிக்கொள்கிறேன்.

"என்ன பின்தங்கிட்டேள்? இருட்டிப் போச்சே! வாங்கோ!"

அவள் வெகுதூரம் முன் போய் விட்டாள். குரல் மட்டும் என்னை எட்டுகிறது. சக்கு குரல், அந்த அவசர விளிப்பின் பின் அதன் நிழல் வேறு பொருளில் உட்செவியில் தட்டுகிறது.

"நீ என்னைக் கைவிட்ட கதையை, நானே உன்னிடம் சொல்லத்தான், அபிதாவாய்த் திரும்பி வந்திருக்கிறேன். என்னைக் கொன்னாச்சு. அவளை என்ன செய்யப் போகிறாய்? என்னைப் பழி வாங்கிக்கத்தான் நான் அபிதா."

என்னையறியாமலே ஒரு பெருங்கேவல் என்னின்று கிளம்பிற்று.

வாய்க்காலுக்கப்பால் ஊர் வெளிச்சம் மினுக்க ஆரம்பித்துவிட்டது.

"அடாடா, எனக்கு இப்போத்தான் நினைப்பு வந்தது. சித்தி அவளாத்துக்குப் போயிட்டாளே! பக்கத்து கிராமத்தில் அவள் தம்பி 'டேரா சினிமா' நடத்தறார். படம் மாறும்போதெல்லாம், பையன் 'பாஸ்' கொடுத்துட்டுப் போவான். சித்தி படம் பார்த்துட்டு நாளைக்குக் காலையிலேதான் வருவாள்.

அப்பா இன்னும் வரல்லேன்னா எப்போ வராரோ? ஒரொரு சமயம் வரவழியிலே திண்ணையில் சீட்டுக் கச்சேரி கண்டுட்டார்னா இப்படித்தான் – ராத்ரி பன்னிரண்டோ, மறுபகலோதான்.

ராச்சோறுக்கு அப்பாவின் கை நைவேத்ய மூட்டையை நம்பமுடியாது. அது வேளையில்லா வேளையில் ஜலம் விட்டு, சரியாகவும் ஊறாமல் மறுநாள் பழையதுக்குத்தான் சரி. சித்தியின் திட்டு, வெசவுக்கு கட்டுப்படற கட்டமெல்லாம் அப்பா எப்பவோ தாண்டியாச்சு. இத்தனைக்கும் தான் ஆடுவதாகவும் தெரியல்லே. பக்கத்துக் கையைப் பார்த்துண்டிருக்கிறதுலே என்ன அவ்வளவு சுவாரஸ்யமோ? எங்களுக்கென்ன தெரியும்? உங்களுக்குத் தெரியுமா? உங்களுக்கும் தெரியாதா? சரி, உங்களை நிக்க வெச்சுட்டு, நான் என்னத்தையோ பேசிண்டிருக்கேன். உக்காருங்கோ. ஒரு பிடி களைஞ்சு வெச்சுடறேன். நிமிஷமா ஆயிடும்."

கூடத்தில் குத்துவிளக்கு, கால் வெளிச்சமும் முக்கால் சாந்துமாக இழைத்த கலவையிலே அவள் நிறம் பளிச்சிடுகிறாள். நாகப்பழம் போல விழிகள் கறுகறுவென உள்ளத்தைத் துருவுகின்றன.

பிடரியைச் சிலிர்த்துக்கொண்டு
வாலைச் சுழற்றிக்கொண்டு
தரையில் கால் பாவாமல்
பரபரத்துக்கொண்டு
மொழுமொழுவெனப் புத்தம் புதிது
கடிவாளம் இன்னும் விழாத கன்னிவாய்
வெள்ளைக் குதிரைக் குட்டி.
இன்று முழுதும் அதன் துள்ளல் பார்த்துக் கொண்டிருக்கலாம்.
பார்த்துக் கொண்டிருக்கிறேன்.

"உங்களுக்கென்ன பிடிக்கும் சொல்லுங்கோ. பருப்புத் துவையலரைக்கட்டுமா? துவையலரைச்சு சீரக ரஸம்? ரஸம் எனக்கு நன்னாப் பண்ணவரும். இல்லை, கூடையில் நாலு கத்தரிக்காய் கிடக்கு. அப்படியே எண்ணெயில் வதக்கட்டுமா? சிவப்புக் கத்தரிக்காய். இல்லே இரண்டுமே பண்ணட்டுமா? என்ன, எல்லாத்துக்குமே சும்மா இருக்கேள்? மனசுக்குள்ளே சிரிப்பாயிருக்கா? அதென்னமோ வாஸ்தவந்தான். ராத்ரி அனேகமா மோருஞ்சாதம்தான். ஏதோ உங்கள் சாக்கில் எங்களுக்குத்தான், வெச்சுக்கோங்கோளேன். ஆனால் அது பெரிசு இல்லை. பண்ணிப் போடுவதில் எப்படியும் ஒரு சந்தோஷம் இருக்கே! அதுக்காகன்னு வெச்சுக்கோங்கோளேன். ஏது நீங்கள் எல்லாத்துக்குமே 'கம்'முனு இருக்கறதைப் பார்த்தால் எதைப் போட்டாலும் சாப்பிடத் தயார் போலிருக்கே! அதற்காக நான் எதையேனும் போடமாட்டேன். அப்பாவே திட்டுவா. சரி எனக்குத் தோணினதைப் பண்ணறேன். நீங்கள் திண்ணையில் கொஞ்ச நேரம் காத்தாட உட்காந்திருங்கோ. இலையைப் போட்டு நான் கூப்பிடறேன்."

அபிதா, என்னைத் திண்ணைக்குப் போகச் சொல்லாதே. தசரதன் கெஞ்சின மாதிரி உன்னைக் கெஞ்சிக் கேட்கிறேன். அபிதா, அடியே கைகேசி, அது மாத்திரம் கேளாதடி, நான் அபிதாவைப் பார்த்துக் கொண்டேயிருக்கணும். திண்ணை வேண்டாம். நினைத்தாலே தொண்டை வரள்றது.

நினைத்ததை நினைந்ததும் தொண்டை உலர்ந்தது என்று உணர்ந்ததும் தொண்டை உலர்ந்தது.

"குடிக்கத் தீர்த்தம் கொடேன்."

பூமியில் கிழித்த கோட்டினின்று தற்செயலில் எழுந்து பூக்கொட்டும் ஜலமத்தாப்புப் போல் அவள் உருவம், கூடத்தில் இறக்கிய குடத்தை நெருங்குகையில் அவள் எனக்குப் புதுமையாயிருக்கிறாள். வியப்பாயிருக்கிறாள். விக்ரஹம் உயிர்த்தது போல் பயம் தருகிறாள்.

மூச்சை மூச்சென்று உணர்ந்து மூச்சை மூச்சாக ஒரு கணம் சிந்தித்தாலே மூச்சு திணறுகிறது.

கண்ணைப்பெற்ற திருதராட்டிரன் போல் கண்களை இறுக மூடிக் கொள்கிறேன். பெற்ற பார்வையை இழக்க மனமில்லை. பட்ட தரிசனம் காணவும் திடமில்லை.

கண்களை மெதுவாய்த் திறக்கிறேன்.

எதிரே, தம்ளரை என்னிடம் நீட்டிய வண்ணம், தன் புன்னகையில் திவ்யத்தில் ஒளி வீசிக்கொண்டு நிற்கிறாள்.

தம்ளரை வாங்கிக் கொள்கையில், என் விரல் அவள் மேல் படாதா?

No.

எண்ணத்தையும் செயலையும் இம்மியிலிருந்து எல்லை வர, நம் அறிவுக்கெட்டாது தன் வழியில் ஆளும் ஆதிக்கத்தின் கட்டளையில், பாத்திரம் கைமாறும் தருணம், எங்கள் விரல்கள் ஒன்றுடன் ஒன்று கோர்த்துக் கொண்டாற்போல் எவ்வளவு நெருக்கமாய் தம்ளரைப் பற்றியும் –

தொட்டுக்கொள்ளவில்லை.

அவள் ஏந்தி வந்த ஜலமே, அவள் கன்னித் தூய்மையை, தன் சத்தியத்தின் சக்தி கொண்டு, அவளுக்குக் காப்பாற்றித் தருவதாய் எனக்குத் தோன்றுகிறது.

கானலின் நலுங்கல் போல் என் ஏக்கம், கண்கூடாய் என் முன் எழுகிறது. பற்று ஒன்றின் மேல் விழுந்துவிட்டால் –

பற்று, ஆசை, அன்பு, பாசம், பக்ஷம், காதல், காமம், வேகம், விரகம், ஏக்கம், இன்பம், வேதனை, சோகம், சுகம், சொர்க்கம், நரகம், உயிர், ஊசல், கூடல், பிரிதல் – இன்னும் எத்தனை எத்தனையோ.

அத்தனையும் ஒரே சாயம் பிடித்துக் கொண்ட கெட்டியின் ரகங்களைக் காட்டும் பெயர்கள்தானே! பற்று ஒன்றின்

மேல் விழுந்துவிட்டால், தொடல் என்பது ஏன் அவ்வளவு அவசியமாகிவிடுகிறது?

தொடல்.

உடைமையின் முத்திரை.

உறவின் வழித் துணை.

உணர்வின் பழி ரேகைக்கு ரேகை பாயும் மந்த்ர சக்தி என்ன?

அவள் கொடுத்த ஜலம் தொண்டை அடியில் உவர்த்தது. அந்தக் கிணற்று ஜலம் கற்கண்டாய்த் தித்துக்குமே, இதற்கு இந்த உவர்ப்பு எப்படி வந்தது? ஒருவேளை என் தாபம் தான் கொடுமையோ?

சக்கு, நீ சாகவில்லை. உன்னையே பலிகொடுத்து என்னை வாங்கும் பழியைக் கரடிமலைக் கருவேலநாதனிடம் வரமாக வாங்கிக் கொண்டாயா?

நீ வாங்கும் பழி இவ்வளவு பயங்கரமா?

சக்கு என்னால் தாங்க முடியல்லேடி! சக்கு என்னை மன்னிச்சூடடி!

மன்னிப்பு.

இது ஒரு பெரும் பொய். மன்னித்ததால், தீங்கின் பங்கு குறைந்து விடுமா? வேதனையிலிருந்து விடுதலை கிடைத்து விடுமா? நினைவால் இன்னும் கூடுதலேயன்றி குறைவு ஏது? மார் வெடிக்க அழுகை பீறிடுகிறது.

அபிதாவுக்குக் கேட்டுவிட்டால்?

கேட்டுவிட்டதா?

பயந்து சுற்றுமுற்றும் பார்க்கிறேன். திண்ணையில் உட்கார்ந்திருக்கிறேன். இங்கு எப்போது வந்தேன்? வந்ததும் நல்லதுதான். என் அழுகை அவளுக்குத் தெரியாது அல்லவா? கரையோரம் ஜலம் பருகிக் கொண்டிருக்கும் விலங்குக்குக் கால் சறுக்கி விட்டாற் போல், வெட்கமற்ற அழுகையில் விழுந்துவிடுகிறேன். மண்டையுள் நரம்புகள் தீய்கின்றன. செவி, மூக்கு, கண்களில் ஆவி பறக்கிறது.

மன்னிப்பு கிடையாது.

உண்டு, உண்டு என்பது நம்பிக்கையானால்.

இல்லை, இல்லை என்பது உண்மை.

– ல் –

இ – நெற்றி – லை

யில்

இடது கையில் வலது கையில்

விண் விண்

மார்பில் ஆணி தெறித்தது.

சக்கு, என்னைச் சிலுவையில் ஏற்றிவிட்டாய்.

"சாப்பிட வரேளா?"

உள்ளேயிருந்து அவள் குரல் கணீரென்று அழைத்தது.

பழைய நாள் திரும்பி வந்துவிட்டது.

கூடத்தில் குத்துவிளக்கடியில் தையல் இலை போட்டிருக்கிறது.

அதில் ஈர்க்குத் தையல் பாதை பாதையாய் எவ்வளவு அழகாய் ஓடுகின்றது!

ரஸம் புளித்தது.

சாதத்தைக் குழைத்து விட்டாள்.

கத்தரிக்காய் சரியாக வேகவில்லை.

"நன்னாயிருக்கா?"

நன்றாய்த்தானிருக்கிறது. நிஜமாகவே, ரஸத்தைக் கையில் ஏந்திக் கப்புகிறேன். அன்பிட்டவர்களின் குறைகளே, அவர்களிட்ட அன்பின் விசேஷ ருசி. எப்பவுமே பசிக்காகவா சாப்பிடுகிறோம்? சமைத்ததற்காகவா சாப்பிடுகிறோம்?

வாசற் கதவை யாரோ படபடவெனத் தட்டுகிறார்கள்.

அபிதா போய்க் கதவைத் திறக்கிறாள்.

"வாங்கோ மாமி."

சாவித்ரி கூடத்துள் வருகிறாள். அவளுடன் வந்த துணை ரேழியிலேயே தயங்கி நிற்கிறான். என் மாமாவின் பல பேரன்களில் ஒருவன்.

சாவித்ரிக்குக் கோபத்தில் கண்கள் கடுக்கின்றன.

"எங்கே போறேள்னு ஒரு வார்த்தை சொல்ல வேண்டாமா? இங்கே வந்தேள்னு கண்டேனா? வயல் காட்டில் பாம்பு பூச்சி

பிடுங்கியெடுத்து விழுந்து கிடக்கேன்னு கண்டேனா? உங்கள் ஊருக்கு வந்ததுக்குக் கை மேல் பலனா? உங்களை எங்கேன்னு போய் தேடறது?"

கையும் களவுமாய்ப் பிடிப்பட்ட மாதிரி நான் ஈரம் காயும் கையுடன் இலையெதிரில் உட்கார்ந்திருக்கிறேன். இலையில் சாதம் குவித்து சத்தியமாய் வெண்மை துலங்குகிறது.

அபிதா மிரண்டு நிற்கிறாள். சாவித்ரியின் கோபம் அவளுக்குப் பயமாயிருக்கிறது.

சாவித்ரியின் கோபம் எனக்குப் புரிகிறது. அவள் சொல்லும் நியாயம் புரிகிறது. ஆனால் சாவித்ரியைத்தான் புரியவில்லை. சக்கு எழுதிவிட்டுப் போயிருக்கும் சித்திரத்தின் பக்கத்தில் அதன் கேலிபோல் நிற்கும் இந்தத் தடித்த உருவம் யார்?

விளக்குச் சுடர் கூடத்துச் சுவர்களில் வீசிய எங்கள் நிழல்கள் பெரிதாய், ஒன்றையொன்று ஊமைப் பயமுறுத்தலில் சிலிர்த்துக் கொண்டு, எங்களுக்குப் புரியாது, தங்களுக்கே புரிந்த சடங்குக் கூத்தில் ஆடுகின்றன.

என்றும் எங்களுக்கு விடுதலையில்லாமல் எங்களைத் தங்களுடன் கவ்விக்கொண்ட எங்கள் நிழல்கள்.

மறுநாள் காலை, அபிதாவின் சித்தி வந்தாள். உடன் அவன் தம்பி – Tent சினிமா முதலாளி – வந்திருந்தான். அவனே 'ஸ்டார்' மாதிரிதான் இருக்கிறான். பார்த்ததும் மனதை சிவ்வுவது அந்த எடுப்பான மூக்கும், கண்ணை மறைத்துக் கொண்டு முன்சரிந்த முரட்டு மயிரும், ஒழுங்காய் ஒதுக்கிய துளிர் மீசையும் செம்பட்டையும் தான்.

"அபிதா, நீ ஏன் வரல்லே? உனக்குப் படம் பிடிச்சிருக்கும்."

சிலும்பலேயிலாது சுபாவத்திலேயே கனத்த வெண்கலக் குரல்.

"ஆமாம் உன் படத்தை நீதான் மெச்சிக்கணும். ஒரு பாட்டா, டான்ஸா, சண்டையா? உட்கார்ந்தது தெரியல்லே உடனே எழுந்துட்டமாதிரிதான் இருந்தது. அவ்வளவு சுருக்க முடிஞ்சுடுத்து. கூட்டமேயில்லை. நாற்காலியில் ஈ 'ஙொய்ஞ்ஞு...' ராத்திரியே விட்ட சுருக்குக்குத் திரும்பியிருக்கலாம். ஆனால் இந்த வீட்டுக்குத் தான் எப்பவும் திரும்பிண்டு இருக்கோமே!"

"திரும்பறதுன்னாலே பின்னே என்ன அர்த்தம்? ஒரொரு சமயமும் ஒரு ஒரு இடம் திரும்பிண்டிருக்க முடியுமா? உங்களுக்கெல்லாம் ரயிலேறிப் போற மாதிரி விடிகாலை ஊர் சேர மாதிரி கணிசமா நாலுமணி நேரம் இருக்கணும். முனகினால் பாட்டு, தடுக்கிவிழுந்தால் கும்கும், இடறிவிழுந்தால் அதுவே ஒரு டான்ஸ் – இதுவும் தான் எப்பவுமிருக்கே! கொஞ்சம் high class picture ஸார் – cheap rentக்கு வந்தது. இன்னிக்குப் பார்த்துண்டு நாளைக்குத் தூக்கிட வேண்டியதுதான். அபிதா, கேக்கறேனே நீ ஏன் வர்லே?"

"ஆமாண்டா, உன் அத்திம்பேரை நம்பி வாசற்கதவையும் திறந்து போட்டுட்டு, நான் இவளையும் உன் அவிசல் படத்துக்கு அழைச்சுண்டு வந்துடறேன். திரும்பி வர வேளைக்கு இருக்கற வாசல் கதவையும் எவனாவது அடுப்புக்குப் பிடுங்கிண்டு போயிடட்டும். அந்தப் பிராமணன் இன்னமும் வரல்லியே? எனக்குத் தெரியும். அங்கேயே குளத்துலே குளிச்சுட்டு, நேத்து சோத்தையே சாமிக்குக் காட்டிப்பிட்டு ஒரு நடை மிச்சம் பண்ணிண்டு வந்துடுவார்..."

...கேட்டுக்கொண்டே குருக்கள் உள்ளே வருகிறார். அவர் தோளில் தொங்கும் நைவேத்ய மூட்டையும், கபடும் அசடும் கலந்த அந்த இனிப்பும் – அவரைப் பார்த்தால் சர்க்கஸ் கோமாளி போல் தானிருக்கிறது. அவர் வராததைக் கேட்டுக் கொண்டிருந்தவள் கூட அவர் வந்ததைச் சட்டை செய்வதாய்த் தெரியவில்லை. அவர் மைத்துனன் அவர் வீட்டில் அவர் இருப்பதாக ஏற்றுக் கொண்டதாகவே தெரியவில்லை. அவன் என்னோடுதான் பேசிக் கொண்டிருக்கிறான். என்ன பேசுகிறான் என்று அவன் பேசிக் கொண்டிருக்கையிலேயே எனக்கு மறந்து போய்க் கொண்டே வருகிறது. பலகையில் வலது கை எழுத, பின்னாலேயே இடது கை அழித்துக் கொண்டு வருவதுபோல்.

ஆனால் அவன் கதையை அவன் சொல்லி நான் தெரிந்து கொள்ளத் தேவையில்லை. அவன் உடையும், ஒழுங்காக ஒதுக்கி விட்ட அரும்பு மீசையும் அவன் வெற்றிக் கதைக்கு சாக்ஷியாய் அலறுகின்றன. என்னையுமறியாமலே ஒரு காதைக்கூட பொத்திக் கொண்டு, பிறகு பொத்தினது தெரியாமலிருக்கும் பொருட்டு, காதின் பின் சொறிந்து கொள்கிறேன்.

A selfmade Man. அவன் சூழ்நிலைக்கு ஒவ்வாது உயர்ந்த ரகத் துணி. கண்ணைப் பறிக்கும் சலவை. உருளைக்கிழங்கு வறுவல் பில்லைபோல் பெரிய wrist watch. புதிதாகக் கண்ட சுகம். ஆத்திரத்துடன் அனுபவிக்கிறான். அனுபவ ஞானத்தைத் தவிர வயிற்றைக் கீறினால் அக்ஷரம் தேறுமோ சந்தேகம். இவனுக்கு இப்போ சொந்தமாகியிருக்கும் இந்த tent சினிமாவிலேயே இவனே 'வெற்றிலை பாக்கு பீடி சிகரெட்டு' கணீரென்று சிலம்பலற்ற குரலில் விற்றிருப்பான் என்றால் எனக்கு ஆச்சர்யமில்லை.

ஆனால் என் வாழ்வும் அப்படித்தானே! அதனாலேயே நாங்களிருவரும் ஒருவருக்கொருவர் விளக்கமில்லாமலே ஒருவரையொருவர் புரிந்து கொள்ள முடியும். கோதாவில்

மல்லர்கள் போல், ஒருவனையொருவன் கட்டிப் பிடித்துப் புரளுமுன் ஒருவனையொருவன் ஆழம் பார்த்துக் கொண்டு ஒருவரையொருவன் வளைய வருகிறோம். என்னைப் போல் அவனைக் காண எனக்கு ஏன் ஆகவில்லை? அவனைப் போல் நான் இல்லை என்கிற ஆத்திரம்தானே!

குழந்தையின் முகத்தெதிரே கயிற்று நுனியில் பொம்மையைத் தொங்கவிட்டு ஆட்டுவது போல் அபிதாவுக்கு சினிமா ஆசை காட்டுகிறான். அபிதாவின் கண்கள் விரிகின்றன. புன்னகை உதட்டோரத்தில் ஆரம்பித்து அதன் உள்ளொளி மறு ஓரத்திற்குப் பரவிச் செல்வது எனக்கு நன்றாய்த் தெரிகிறது. அவள் சித்திக்கு சினிமா ஆசை விடவில்லை. அவளுக்கிருக்காதா? வீட்டை விட்டு, கரடிமலையை விட்டு வெளியே போக அவளுக்குத்தான் வேறே வாய்ப்பு என்ன இருக்கிறது?

“ஆமாம் இது கண்டிப்பு; வெள்ளிக்கிழமை அபிதா நீ வந்தே ஆகணும். புதுப்படம்.”

சித்தி எரிந்து விழுகிறாள். “ஆமாம் அவளும் வந்துட்டா வீட்டுக்கு யார் காவல்?”

“நீ.”

ஒரே எழுத்து. ஒரே சொல். ஒரே கத்தி. ஒரே குத்து.

மாமிக்குக் கன்னங்கள் வெடித்துவிடும் போல் உப்புகின்றன. வாயடைச்சுப் போச்சு. விழி பிதுங்கறது.

ஆனால் அவ்வன் தம்பிக்கு இரக்கமில்லை. அவள் பக்கம் கூட அவன் முகம் திரும்பவில்லை. அக்காவுக்காகவா அவன் இங்கு வருகிறான்?

“நீங்களும் வரணும் சார், மாமியையும் அழைச்சுண்டு வாங்கோ. உங்களுக்கெல்லாம் Air Conditioned தியேட்டரில் உட்கார்ந்து பழக்கம் இல்லையா?” சிரிக்கிறான். Kolynos சிரிப்பு. உரமான இறுகிய தாடைகள். நன்றாய்த்தானிருக்கிறான். “இதுவும் உங்களுக்கு ஒரு புது அனுபவமாயிருக்கட்டுமே! நாளடைவில் நானும் ஒரு Air Conditioned தியேட்டர் கட்ட எனக்கு வசதி வரட்டும்னு பெரியவாள் ஆசீர்வாதம் பண்ணுங்களேன்!”

பேச்சும் நன்றாய்த்தான் பேசுகிறான்.

“பேச்சுக்கு நாளடைவில்னு சொல்றேன். இந்த பிஸினெஸ் அடிச்சால் நாளைக்கே வாரிக் கொடுக்கும். போச்சுன்னா

அன்னிக்கே காலை வாரிவிடும். சரி, நான் கிளம்பறேன். எனக்கு வேலை காத்துக்கிடக்கு. அபிதா மறக்காதே."

ஆள் வந்து போனதே புயல் வந்து கடந்தாற் போல். அவன் சென்ற வழி நோக்கி அபிதா நின்றாள். இவன் ஒரு திக் விஜயன். இங்கத்திய நினைவு அவளுக்கில்லை. நினைப்பில் வெள்ளிக்கிழமை சினிமாவை இப்பவே பார்த்துக் கொண்டிருக்கிறாள். அவளை அப்படிக் காண்கையில் என் மார்பை மின்னல் வெட்டுகிறது.

"...நின்ன இடத்தில் கல்லாலடிச்சாப்போல் நின்னுட்டால் பறிச்ச பழம் மாதிரி கலத்தில் சோறு விழுந்துடுமா? விழுந்துடுமான்னு கேக்கறேன்?"

அபிதா ஒன்றும் பேசவில்லை. குடத்தை எடுத்து இடுப்பில் வைத்துக் கொண்டு கிளம்புகிறாள். அவள் கனவு இன்னும் கலையவில்லை. புன்னகை கன்னக் குழிவில் தேங்கிவிட்டது.

மெளனம் எவ்வளவு அற்புதமான அங்கி! நளினத்தில் டாக்கா மஸ்லின் அதனெதிர் என் செய்யும்? அதன் மடிகள் அவள் தோளினின்று விழுந்து, அவள் பின்னால், அவளைச் சூழ்ந்து, பூமியில் மெளனமாய்ப் புரள்கின்றன.

"பறிக்கும் வரை பழத்தை மரத்தில் யார் விட்டு வைக்கறா? இந்த நாளில் பழத்தை மரத்தில் எவன் பார்த்தது? எல்லாம் பிஞ்சுலே பழுத்த வெம்பல். இல்லை, தடியால் அடிச்சுக் கனியவெச்ச பழுக்கல்கள். பழங்களே ஏது?" இங்கு வந்து இத்தனை நாழிக்குப்பின், இப்போத்தான் குருக்கள் இப்படி வாய்திறக்கிறார். பரவாயில்லை. பேச்சில், நொண்டி குருக்கள் வாடை கொஞ்சம் இவரிடம் அடிக்கும் போலிருக்கிறதே!

சாவித்ரியை ஊர்க் காரியங்களுக்கு மாமி விட மாட்டேன்கிறாள். "நன்னாயிருக்கு வந்த இடத்தில் நீங்கள் வேலை செய்யறது? நீங்கள் வந்து எங்களோடே தங்கியிருக்கிறதே எங்கள் பாக்கியம்."

மாமி நன்றாகப் பேசுகிறாள். குரல் பெரிது. கூச்சமுமில்லை. நான் கூடத்திலிருக்கிறேன். சமையலறையிலிருந்து அவள் கர்ஜனை எட்டுகிறது. சில பேருக்கு அவர்கள் குரலே அவர்கள் விளம்பரம். நாங்கள் இலவசத்துக்குத் தங்க மாட்டோம் என்று அவளுக்குத் தெரியும். அந்த மகிழ்ச்சியை அவள் தெரிவிக்கும் முறை இப்படித்தான் போலும்!

"நீங்கள் எல்லாம் எவ்வளவு பெரிய மனுஷாள்! ஏதோ பழைய வாசனையை மாமா மாதிரி ஞாபகம் வெச்சுண்டு யார் இந்த மாதிரி வருவா?"

கேட்டுக்கொண்டே ஏதோ காரியமாக மாமி கூடத்துக்கு வருகிறாள். என்னைப் பார்த்ததும் அப்போத்தான் பார்த்ததுபோல் அடக்கம் பண்ணிக்கொள்கிறாள்.

வாய் அமுதம் பொழிகின்றது.

கண் கணக்கெடுக்கிறது.

சுவர்மேல் சூர்ய கிரணம் சிரிக்கிறது.

குருக்கள், நைவேத்ய மூட்டையைத் தோளில் மாட்டிக் கொண்டு கிளம்பி விட்டார்.

அபிதா வீட்டில் இல்லை.

நானும் வெளியே போகிறேன். கால் சென்ற இடம்.

குருக்கள் மாமி முகஸ்துதிக்குச் சொன்னாலும், கடைந்த உண்மையைத்தான் சொல்கிறாள். 'வாசனைகளில் தான் உயிர் வாழ்கிறோம்'.

உண்மை, தெய்வம், விடுதலை என்கிற பெயரில் ஏதோ மாயா சத்யத்தைத் தேடிக் கொண்டிருக்கிறோம். ஆனால் நம்புவதும் வாழ்வதும் என்னவோ வாசனைகள், பிம்பங்கள், நினைவுகள், கனவுகள் எனும் சத்யமாயையில்தான். இருப்பதை விட்டுப் பறப்பதைப் பிடித்தாலும் இருப்பதை மறுப்பதில் என்ன அர்த்தம் இருக்கிறது? நிழல்களில் பரிதவித்து நிழல்களில் கனிந்து நிழல்களில் தெளிந்த நிழல்தான் மனம், உணர்வு, புத்தி, ஞானம், தரிசனம், உண்மை, தெய்வம், முக்தி என்று இந்த அனுமான நிலைக்கு என்னென்ன பேர்கள் உண்டோ அவை அத்தனையும். அப்பவும் அந்தத் தெளிந்த நிலையும் ஒரு தெளிந்த நிழலன்றி வேறில்லை என்று என்ன நிச்சயம்?

இந்தத் தர்க்கரீதியில் அதோ வானளாவி நிற்கும் கரடி மலையும் ஒரு நிழல்தான்.

அன்று ஜன்னல் கண்ணாடியில் ஒழுகி வழிந்த மழை நீரை சகுந்தலையின் கண்ணீர் தாரையாகக் கண்டு நம்பி வந்ததும் ஒரு பிம்பம்தான்.

திரும்பத் திரும்பக் கரடிமலைக்கும் குருக்கள் வீட்டுக்கும் இடை தூரத்தை நடந்து நடந்து, அளந்து, அளந்து, இங்கு நான் இருந்தவரை ஞாபகத்திலும், இங்கு விட்டுச் சென்றபின் கற்பனையிலும் சகுந்தலையின் நடமாட்டங்களையும் சுவடுகளையும் தேடி அலைகிறேன்.

சகுந்தலை செத்துப் போனாள்.

செத்துப் போனவளைப் பொசுக்கிய சாம்பல் கூட கரைந்தும் காற்றில் பறந்தும் போயாச்சு. இத்தனை வருடங்களுக்குப் பின் இங்கு வந்த முட்டாளே, இன்னும் எதைத் தேடுகிறாய் அதைவிட முட்டாளே?

இந்த நிகழ்ச்சியும் என் பகுத்தறிவு என்னைக் கேட்டுக் கொண்ட இந்தக் கேள்வியும் உண்மையின் ஒரு முகமாயிருக்கலாம். ஆனால் சகுந்தலையைப் பற்றிய நினைவின் சரடு அதனால் அற மறுத்தது. அதன் உரம் சகுந்தலையின் சாவையும் தாண்டி நான் தொடர்ந்து சகுந்தலையை இன்னும் இங்கேயே தேடுகிறது இந்த இரக்கமற்ற, தவிர்க்க முடியாத தொடர்பு, தூண்டுதல், துரத்தல் என்ன? முற்றுப்புள்ளியை ஏற்றுக் கொள்ளாத தன்மை தான் என்ன?

என்னத்தையோ எழுதி, எழுதியதைப் படித்து, படித்ததை நினைத்து, படித்ததை வாழ்ந்து, வாழ்ந்ததைப் படித்து, அனுபவத்தை நினைத்து, நினைத்ததையே நினைத்து, நினைவை அவ்வப்போது காயப்படுத்தி, காயத்திலிருந்து சொரியும் ரத்தம் உணர்ந்து, அர்த்தங்கள், பிரயத்தனங்கள் கொள்கிறோம். நினைவின் ரணமே உயிரின் தைரியம், உயிரோவியத்தின் பல வர்ணங்கள்.

காலடியில் குறுகுறு –

உடல் கூசி கையில் எடுக்கிறேன்.

புஷ்ப சரம்.

ஆ! நினைவு வந்தது. இது நேற்றுமாலை அபிதாவின் கூந்தலில் இருந்ததல்லவா?

"மாலையில் கூந்தலில் செருக்குடன் மகிழந்த மலரே, காலையில் உன்னை மண்ணில் சிதறுண்டு கிடக்கக் காண்பதென்ன?"

கன்னத்தில் ஒற்றிக் கொள்கிறேன். காதோடு அது மெத்தென்று என்ன பேசுகிறது?

உன் குரல் எங்கிருந்து வந்தாலும் சரி அது என் பாக்கியமே.

விசனம் நிறைந்த வசனங்கள், நெஞ்சின் அடிவாரத்தின் சுனையிலிருந்து பொங்குகின்றன. ஏதோ எல்லைக்கோட்டில் மனம் தத்தளித்துத் தவிக்கின்றது. என்னத்தையோ தேடி, இருப்புக் கொள்ளாமல், நடந்து கொண்டேயிருக்கின்றேன்.

முகத்தில் கடவுள் ஏன் கண்ணை எழுதி, காக்ஷியைக் காட்டி, கூடவே கலவரத்தையும் கொடுத்தான்?

பாதையின் திருப்பத்தில், தூரத்தில் இரு கரையின் மேடுகளுக்கிடையே, ஒரு வளைந்த தாழ்வில், வாய்க்காலின் ஜல விளிம்பு காலை வெய்யிலை வாங்கிக்கொண்டு தகதகக்கின்றது. நெருங்குகிறேன். எதிர்க்கரையில் தோய்க்கிற கல்லருகே, குத்திட்டபடி அபிதா குடத்தைத் தேய்த்துக் கொண்டிருக்கிறாள்.

புடவையின் கோடி, ஜலத்தில் நனைந்து நீரோட்டத்தில் லேசாய் அலைந்தது. புடவையின் உடலும் அங்கங்கே நனைந்து, நனைந்த இடங்கள், உடலோடு ஒட்டிக் கொண்டு அங்கங்கள் பிதுங்கின. சௌகரியத்திற்காக முழங்கால்களுக்கிடையே அள்ளிச் சொருகி, மடியில் அடைத்த சேலையின் நீலத்தை யடுத்து தொடைச் சதை வெய்யில்படா தனி வெண்மையில் பளீரிட்டது.

அவள் என்னைப் பார்க்கவில்லை. நான் நின்ற இடத்தில் ஒருவேளை கரைமேடு என்னை மறைத்ததோ என்னவோ? அல்ல, அவள் முழுக்கவனம் குடத்தைத் தேய்ப்பதில் முனைந்திருந்ததோ? அல்ல, அவள் காணும் பகற்கனவிலிருந்து இன்னும் விழிக்கவில்லையோ?

கரைகளினிடையே வாய்க்கால் வளைந்து, தன் தலையைத் தேடும் பாம்பு போல் ஓடிற்று. கரை மேட்டுக்கப்பால், வயல்களில், கதிர்களினிடையே காற்று சலசலத்து பாம்பின் சீறல் போல் ஓசை என்மேல் இறங்கிற்று. ஸமயம் ஸஹிக்க முடியா ஸௌந்தரியம் கக்கிற்று.

விஷம்.

பொழுது, இடம், செயல் மூன்றும் ஒன்றாய் விழைந்து, உட்புலனுக்கு மட்டும் எட்டும் அர்த்தம் கொள்கின்றன.

கரைகள் என்ன குறுகினும்,

நான் இக்கரை,

அவள் எதிர்க்கரை.

கரைகள் சொல்லும் பொருள் இதுதானோ? "நாங்கள் கரைகள் கரைகள் கரைகள் தாம்." மௌனமாய் என் கரையோரம் மேலே நடக்கிறேன்.

பக்ஷிகள் உற்சாகமாய், மரங்களில், ஆகாயத்திலே, தலைக்கு மேல், கண்பட்டு, கண்படாமல் சப்திக்கின்றன.

" ட்வீக் ட்வீக் –"

" கீச் கீச் கீச் –"

" ட்ர்ர்ர்ரீ –"

என்னைச் சூழ்ந்திருக்கும் அமைதியில், இவ்வமைதியே மோன கர்ப்பத்தின் தாது. சப்தங்கள் சலனத்தின் சதங்கைகள்.

கரையோரம் கத்தாழையையும் முட்களையும் கடந்ததும் இடம், தழைத்த இடை போன்று அகன்று என்னைத் தன் வயிற்றுள் வாங்கிக் கொள்வது போல் ஒரு மாந்தோப்புள் – (தோப்பா தொப்புளா?) – அழைத்துச் செல்கிறது. ஏதோ ரஹஸ்ய ஜாலத்தில் இயற்கையின் சதியில் மாட்டிக் கொண்டிருக்கிறேன்.

ஒரு மரத்தின் பின் ஒரு ஆள் பதுங்குகிறான். ஏன்?

வில்லி. அவன் இன்னும் என்னைப் பார்க்கவில்லை.

மாங்காய் திருடப் போகிறானா? ஆனால் இப்போ மாங்காய்க் காலமில்லையே!

அவன் கையில் ஒரு கவண் தொங்குகிறது. அப்போத்தான் சுழல ஆரம்பித்திருக்கிறது.

ஓ! புரிந்தது. இவன் மாங்காய் அடிக்கவில்லை. ஏதோ பக்ஷியடிக்கப் போகிறான். வசியமுற்றவனாய்க் கவணையே பார்த்துக் கொண்டிருக்கிறேன். கவண் வேகமெடுத்துவிட்டது. மணிக்கட்டுக்கு மேல் கை ஆடவில்லை. கவண் ஒரு கணத்தில் சக்கரமாக மாறிவிட்டது. மரம் நிறைய இத்தனை பறவைகளில் இவன் குறி எதுவோ? எனக்கு உடல் பரபரத்தது. பொத்தென்று ஆகாயத்தினின்று ஒன்று என் காலடியில் விழுந்து வெறும் மூக்கும் வெறித்த கண்ணும் சிறகும் இறகும் உரோமமுமாய் உயிரற்ற மொத்தையாய் கணத்தில் கண்ணெதிரே மாறுவதைக் காண எனக்குச் சக்தியிருக்குமோ? படம் பளிச்சென்று கண்ணை வெட்டி மறைவதற்கும் கவணிலிருந்து கல் புறப்படுவதற்கும் 'வீல்' என்று என்னின்று ஒரு அலறல் கிளம்புவதற்கும் சரியாயிருந்தது. ஒரு பக்ஷிக் கூட்டம் வைது கொண்டு மரத்தை விட்டுக் கிளம்பிச் சிதறுண்டது.

அவனுக்குத் தூக்கிவாரிப் போட்டது. என்னைக் கண்டதும் ஒரு கணம் திகைத்துப் போனான். தோப்புக்குச் சொந்தக்காரனை அவனுக்குத் தெரியாதா என்ன? உடனே கோபம், உடனே அலக்ஷியம், உடனே சிரிப்பு அவன் கண்களில் சிந்தின. மேட்டு விழிகள். குத்து மீசைக்காரன். வாயினின்று வெடித்த சிரிப்பில் வாயெல்லாம் செக்கச்செவேல்.

"ஏன் சாமி? நீ பாவம் பார்த்து ஒரு உசிரைக் காப்பாத்திட்டதா நினைப்பா? இன்னிக்கு தப்பிச்சு. சரி, நாளைக்கு? நாளைக்கு என்ன பண்ணப் போறே? இதே நேரத்துக்கு அது இங்கே வந்து குந்தும்னு எண்ணிறியா? இல்லே இங்கே வந்தே நான் அதைக் காவு வாங்கப் போறேன்னு நெனக்கிறியா? நீ ஊருக்குப் புதிசு. நான் இங்கேயே பொறந்து, இதே புளைப்பா இங்கேயே வளந்தவன். இதுங்களை எனக்குத் தெரிஞ்ச மாதிரி உனக்குத் தெரியுமா? இதுலே எதுக்கேனும் மாரிலே மச்சம் இருந்தால், அந்த மச்சம் முதல் எனக்கு நல்லாத் தெரியும். இன்னிக்கில்லாட்டி நாளைக்கி, நாளைக்கில்லே, அதுக்கு மறுநாள். எனக்கு இஸ்டமானதைக் கல்லாலோ வில்லாலோ அடிச்சுத் தள்ளிடுவேன். கையாலே கூட கழுத்தை முறிச்சுப் போட்டுடுவேன். ஹாஹ் ஹா ஹா! அன்னன்னிக்கு என்ன கிடைச்சுதோ – காடையோ, கவுதாரியோ,

பாம்போ, ஓணானோ, பன்னிக்குட்டியோ, நரியோ, முசலோ – ஏதோ ஒண்ணு. உசிர் எல்லாம் ஒண்ணுதானே!"

இவன் என்ன மூச்சுவிடாமல் ஆனால் விஷயம் விடாமல், ஸம்ஹாரமூர்த்தியின் பாஷை – 'எல்லாம் என்னுடையது' – பேசுகிறான்! சக்கரம் அறுக்கிறது, கபாலம் ஏந்துகிறது என்கிறானே? இவன் வாழ்க்கை மட்டுமல்ல, இவன் வேட்டையாடும் உயிரின் நியதியில், இவனுக்கும் அதற்கும் இடையில் உள்ள உறவில், உரிமையில் நான் தலையிட்டேன் என்கிறான். அப்படி தலையிட்டும் நான் சாதித்தது என்ன என்று கேலி பண்ணுகிறான்.

என்னைச் சுற்றி மரங்கள் அனைத்தும் கூட அவன் கக்ஷி போல், அவன் சொல்லுக்கு சாக்ஷியாய் அவன் குற்றச்சாட்டுக்கு உடந்தையாய் சலசலக்கின்றன. என்னை நெருக்குவது போல் எப்போது எப்படி திடீரென இவ்வளவு கிட்ட வந்தன? இவன் என் மேல் கைவைத்தால் நான் தாங்குவேனோ? எனக்கு லேசாய் மூச்சுத் திணறுகிறது. சற்று வேகமாகவே நடக்கிறேன். அவன் எக்காளம் என்னைத் துரத்துகிறது. நடையும் ஓட்டமுமாய் விரைகிறேன். மாந்தோப்பைத் தாண்டியதும் – அப்பா! – மரங்களின் சிறையினின்று விடுபட்டாற்போல் ஒரு பெருமூச்சு என்னின்று எழுகின்றது!

மீண்டும் பரந்தவெளி.

அதோ கரடிமலை.

தோப்புகளினிடையே அங்கங்கே வீடுகளின் கூரைகள். ஓலைமுடையல்கள், ஓடுகள், ஒன்றிரண்டு மாடிகள் கூட. ஒரு தென்னையின் அடிமரத்துடன் பிணைத்து அறைந்த தபால் பெட்டியின் சிவப்பு. வெகு தூரத்தில் கண்ணில் பட்டுப் பட்டு மறையும் சாலைக் கோட்டின் மேல் ஒரு பஸ் இங்கிருந்து பார்க்க, எறும்பு போல் ஊர்ந்தது. நான் இருந்த இடத்திலிருந்து இரண்டு மைலுக்குப் பஞ்சமில்லை. இன்னொரு மூலையில், கண்ணுக்கெட்டிய தூரத்துப் புள்ளியாய் ரயில்வே ஸ்டேஷனின் சிவப்புக் கூரை.

வயல்களில், தொடுவானத்தில் ஏதேதோ புள்ளிகள் ஒன்று சேர்கின்றன. பிரிகின்றன, திரும்பவும் கூடுகின்றன.

கண்ணுக்குப் பத்தடி உயர வானத்தில் ஒரு புள்ளி புறப்பட்டது. வண்டு. அதன் ரீங்காரத்தின் சுழலிலேயே மாட்டிக் கொண்டு,

அது கிர்ரிட்டுக் கொண்டே வந்து என் மேல் மோதுவது போல் என்னைச் சுற்றிச் சுற்றி முங்கி முங்கி எழுந்தது.

ஓயாத ஒரே மூச்சு ரீங்காரம் இது எப்படி சாதிக்கிறது? அடுத்தடுத்து என்னை மோதுகின்றது. முகத்தைக் கைகளால் மறைத்துக் கொள்கிறேன். அது அப்பவும் விடவில்லை. குரல்வளையைத் தேடி வளைந்த விரல்கள் போல் கொடூரமான கொடுக்குகள். வடித்த விஷத்தைக் குடுக்கையில் அடைத்தாற் போன்று சக்குவின் கோபமா? தன் சினத்தைச் சிதற, இந்த ரூபத்தில் எனக்காகக் காத்துக் கிடந்தாளா?

ஏய், என்னிடம் சொல்லிக் கொள்ளாமல் கூட எப்படிப் போனாய்?

போனாலும் எப்படி இத்தனை நாள் திரும்பாமல் இருந்தாய்?

இருந்தாலும் தான் இருந்தாய், ஆறாத புண்ணைக் கிளறி விட ஏன் இப்போது திரும்பி வந்தாய்.

சக்கு! அடியே! நீ நெஞ்சின் எதிரொலியாகி விட்டாய். எதிரொலிக்கு என்ன பதில் சொல்லி மீள்வேன்?

எங்கிருந்தோ யாருடைய சிரிப்போ எதிரொலிக்கிறது.

வாழ்க்கையின் ஏடுகளைத் திரும்பிப் புரட்டுகையில் அத்தனையும் எப்படியோ குற்றப் பத்திரிகையாகவே படிக்கின்றன. கோட்டைவிட்ட சந்தர்ப்பங்கள், அவசரப்பட்டுவிட்ட ஆத்திரங்கள், மீள முடியாத பாதைகள், அசலுக்கும் போலிக்கும் இனம் தெரியாது ஏமாந்த லேவாதேவிகள், இனாமுக்கு ஆசைப்பட்டு முதலே பறிபோன இழப்புகள், கண் கெட்டபின் விழுந்து விழுந்து சூர்ய நமஸ்காரங்கள் – ஏற்றலும் தாழ்த்தலுமாய் ஓயாத பழங்கணக்கு, அத்தனையும் தப்புக்கணக்கு. ஆத்திரத்தில் ஸ்லேட்டைக் கீழே போட்டு உடைத்தால் அவ்வளவுதான்; உள்ளதும் போச்சு நொள்ளைக் கண்ணா.

எங்கிருக்கிறேன்? சொறி நாய் சுருண்டு படுத்துக் கொண்டாற் போல் ஒரு வளையத்தில் ஒரு கரைமேடு; இது கன்னிக் குளமல்லவா? என் யோசனை வழியில் ரொம்பதூரம் வந்திருக்கிறேன். இந்த ஜலத்தின் தெளிவு பளிங்கு தோற்றது. கரையிலும் குளத்திலும் பூரா சின்னதும் பெரிதுமாய் ஒரே கூழாங்கற்கள். கடுங்கோடையிலும் இந்தக் குளம் வற்றுவதில்லை. ராக்ஷஸத்தோடு பதித்தாற்போன்று நூற்றுக்கணக்கான வருடங்களில் அடுக்கடுக்காய்ப் புதைந்து போன கற்களின் திட்டுக்களினடியில் எங்கோ ரகஸ்ய ஊற்றிலிருந்து ஜலம் கசிகின்றது.

கல் வடித்த கண்ணீர்.

இங்கு அல்லியும் பூத்ததில்லை. ஆம்பலும் தலை நீட்டியதில்லை. உச்சி வெய்யிலில் குளத்தில் அடிவயிறு பளீரென்று தெரியும். அடி வயிற்றின் தொப்புள் குழி கூட இஷ்டப்பட்டால் தெரியும்.

நடுப்பகலின் வெட்ட வெளிச்சத்தில், வெறிச்சிட்டு, தனிப்பட்ட குளம். தண்ணீர் கற்கண்டாயினும் யார் இவ்வளவு தூரம், பானையையோ குடத்தையோ தூக்கிக் கொண்டு வருவது? ஆகையால் இதன் தண்ணீர் செலவாவதில்லை. அதனாலேயே பேரும் கன்னிக் குளம்.

வெய்யிலின் வெம்மை, தோல் மேல் ஏறுகிறது. குனிந்து காலடியில் ஒரு வெள்ளைக் கூழாங்கல்லைப் பொறுக்குகிறேன். பூஜையில் வைக்கலாம், அவ்வளவு உருண்டை, மழமழ. ஒன்றைப் போல் பல குட்டிக் கருவேல நாதர்கள், கெட்டிக் கருவேல நாதர்கள். கீழே போட்டு உடைத்தாலும், உடைந்தாலும் பளார் எனப் பிளந்து போமேயன்றி குட்டு உடையாது. அவைகளின் ரகஸ்யம் காலத்துக்கும் பத்ரம்.

பார்வைக்கு இது என் கையில் அடங்குகிறது. ஆனால் வயதில் என்னைப் போல் எத்தனை பேரை இது விழுங்கியிருக்கும்!

“என்ன முணுமுணுக்கிறாய்? வயதா? அதென்ன வயது? ஒண்ணு, ரெண்டு மூணு என்று உதயத்திலிருந்து அஸ்தமனம் வரை உங்கள் அழுக்கை உருட்டி உருட்டி நீங்கள் மணியாய் ஜபிக்கும் அழுக்குருண்டைதான்.”

ஜலத்தைக் கையில் அள்ளுகிறேன். எல்லாம் விரலிடுக்கில் வழிந்து போகிறது! உள்ளங்கையில் மட்டும் ஆசமன அளவிற்கு ஒரு மணி உருண்டு வெய்யிலில் சுடர் விடுகிறது. என்னைப் பார்த்துச் சிரிக்கிறது.

அபிதா?

உன் உள்ளங்கையில் நான் குந்துமணி.

புலிக் கோடுகள் போல் மின்னல், கண்ட சதையை, தொடைகளை, விலாவில், நெற்றிக்குள், புருவ மத்தியில், பளிச், பளிச் வெய்யில் பிடரியில் தேளாய்க் கொட்ட ஆரம்பித்து விட்டது. நேரமாகிவிட்டது.

இவ்வளவு தூரம் வந்ததற்கு இங்கு குளித்துவிட்டுப் போகலாம். வீட்டுக்குப் போனால், அந்த வேலையும் நேரமும் மிச்சமாகும். நேரே இலையில் உட்கார்ந்து விடலாம்.

ஆனால் ஜலத்தின் அமைதியைக் கலைக்க மனம் வரவில்லை. காற்றில் அதன் விளிம்பில் அதிரும் லேசான விதிர்விதிர்ப்பு கூட ஏதோ தூக்கத்தில் மூச்சுப் போல்தான் தோன்றிற்று. கலைக்க மனமில்லை. தூங்குவதைத் தட்டியெழுப்பத் தைரியமில்லை, திரும்புகிறேன்.

"இதைப் பார்த்தேளா? அபிதாவுக்கு எது கட்டினாலும் ஏர்வையாயிருக்கு! புடவை சாயம் சோகையாப் போயிட்டாலும் அவள் உடம்பில் அது மெருகு காட்டறது. சிவப்பாயிருந்தால் மட்டும் போதாது. சிவப்பாயிருந்தாலும் சில கலர்கள் தான் பொருந்தும். ஆனால் இந்தக் குருக்களாத்துப் பெண்ணின் நிறவாகே தனி. எந்தப் புடவைக்கும் இழைஞ்சு கொடுக்கறது. எனக்கு இதுதான் புரியல்லே. இவள் மாதிரியிருக்கவாள் எல்லாம் ஏன் இந்த மாதிரி இடத்தில் பிறக்கறா?"

நான் அசுவாரஸ்யமாக 'சூ' கொட்டுகிறேன். அவளுடைய ஆச்சர்யமேதான் என்னுடைய ஆச்சர்யமும். ஆனால் ஆச்சர்யப்பட இவள் யார்? எனக்கு இப்படித் தோன்றுவது அடாது. தெரிகிறது. ஆனால் தோன்றுகிறதே!

"ஆமாம் இங்கே நாம் இன்னும் எத்தனை நாளைக்கு 'டேரா'?"

சாவித்ரி வாயைத் திறந்தாலே எனக்கு எரிச்சல் எழுகிறது. பல்லைக் கடிக்கிறேன்.

"ஏன், எத்தனை நாள் இருந்து விட்டோம், உனக்கு அதற்குள் அலுத்துப் போகும்படி?"

"எனக்கு அலுத்துப் போவது இருக்கட்டும் – இங்கே பொழுது போவது சிரமமாத்தானிருக்கு – இவாளுக்கு அலுத்துப் போகாமல் இருக்க வேண்டாமா? இவாளுக்கு நம்மைச் சமாளிக்கிறது யானையைக் கட்டித் தீனி போடறாப் போலேன்னா?"

அவளை, பிறகு என்னை, ஒரு முறை அவள் காணக் கண்ணோட்டம் விட்டுக் கொள்கிறேன்.

"எப்படியும் நான் யானையில்லை."

சாவித்ரி விடுத்த பார்வையில் என் கணை மொக்கைபட்டு வீழ்கிறது. அதில் அவ்வளவு அலக்ஷியம். 'சீ, நீ இவ்வளவு மட்டமா?' எனும் மோன ஆச்சரியம். 'உன்னைச் சட்டை செய்து உன்னைப் பதிலுக்குப் பதில் ஏசி உன்னிலும் கீழ்மைக்கு நான் இறங்கப் போவதில்லை' எனும் பதிலும் கூட, என்னை அவமானப்படுத்தும் பொறுமையைச் சாதித்துத் தன் தரத்தை உரப்படுத்திக் கொண்டு, என் சிறுமையை எனக்கு உறுத்துகிறாள்.

வெற்றி கிறுக்குப் பிடித்தது. அது யார் பக்கம் என்று கடைசி வரை சொல்வதற்கில்லை. இருவரில் ஒருவருக்கு அது கட்டாயம் துரோகம் செய்தே ஆக வேண்டும்.

நண நணவென மணிகளின் ஓசை – பெரிதும் சின்னதுமாய் ஒன்று கலந்து எங்களை எட்டுகின்றன. என் நெஞ்சில் பழைய படங்களை எழுப்புகின்றன.

"போகணும் போகணும்னு பறக்கறையே, உங்கள் ஊரில் இதெல்லாம் கண்டிருப்பையா? வா, வந்து பார். இத்தனை நாள் உன் பிறந்த வீட்டில் நான் இருந்தாச்சு. கொஞ்ச காலமாவது நான் வளர்ந்த இடத்தில் நீ இருக்க வேண்டாமா?"

பாதி கடுப்பு, பாதி கேலியாகப் பேச்சை மாற்றுகிறேன்.

வீட்டுக்குப் பின்னால், மைதானத்தில் மாடுகள் மந்தை கூடுகின்றன. பெரிய மந்தைதான். சுற்று வட்டாரத்துப் பேட்டைகள், குக்கிராமங்களிலிருந்தும் மாடுகள் வந்து சேர்கின்றன. மாட்டுக்காரப் பையன் உருவம் கூடச் சரியாகத் தெரியவில்லை. அவ்வளவு நெரிசல், அவ்வளவு புழுதி.

"ஓஹோ? பட்டணத்தானின் பட்டிக்காட்டு ப்ரவேசமோ?"

குரல் கேட்டுத் திரும்புகிறோம். அபிதாவும் ஒரு பசுவை ஓட்டிக் கொண்டு வருகிறாள். தன் இனத்தை அது கண்டுவிட்டது; இனி அதை ஓட்டத் தேவையில்லை. அதற்குக் குஷி. அதற்கு மந்தையின் ஈர்ப்பு கண்டுவிட்டது. பீப்பாய் உடல் குலுங்க ஓடி வந்து, நிரையுடன் கலந்துவிட்டது.

அபிதா வந்து, எங்களோடு நின்றாள்.

ஒன்றாகவும் இரண்டாயும் மாடுகள் வந்து சேர்ந்து கொண்டேயிருக்கின்றன. சேரச் சேர அவைகளின் இரைச்சலும், பெரிய வாத்திய கோஷ்டியின் சுருதி கூட்டல் போன்ற

விதவிதமான கத்தலும் மணிகளின் கணகணவும் வலுக்கின்றன. காதைப் பொளிக்கின்றன.

“மாடெல்லாம் பெரிசாயிருக்கேன்னு பாக்கறேளா?”

“இந்த மாடுகள் பெரிசுன்னா எங்கள் கண்கள் சிறிசு” என்றேன்.

“அப்போ சிறிசாயிருக்கேன்னு பாக்கறேளா? பெரிசாயிருந்தாலும் சரி, சிறிசாயிருந்தாலும் சரி, கன்னுக்குட்டிக்கு விட்டது போக, சகட்டுக்குக் கால்படிக்கு மேல் ஒரு பாலாடை கூடத் தேறாது. அதிலேயேதான் மோர், தயிர், நெய், வீட்டுக்கு வந்த விருந்தாளிக்கு காப்பி, வெளி வியாபாரம், ஊர்கோலம், வாணவேடிக்கை எல்லாம். வந்த விருந்தாளி, பாலிலும் மோரிலும் முகம் பார்த்துக் கொள்ளலாம்.”

அவளுடைய வாய்விட்ட சிரிப்பு எங்களையும் தொற்றிக் கொண்டது.

“வீட்டுக்கு வீடு இந்தக் காமதேனு இல்லாட்டா, அதுவும் தகராறுதான். என்னதான் இருந்தாலும் நாட்டு மாடுதானே! மாமா சொல்றா – அதான் சித்திக்குத் தம்பி – அவர் எங்கெங்கேயோ ஊரெல்லாம் சுத்தியிருக்கார் – என்னென்னலாமோ பார்த்திருக்காராம் – இஷ்டப்பட்டால், இங்கே ராத்திரி என்னைக்காவது தங்கினால் கதை கதையா சொல்வார் – முக்காலி போட்டுண்டு, தலையை வயத்தில் முட்டுக் கொடுத்துண்டு, வாளி வழியக் கறக்கற மாடெல்லாம் இருக்காமே! கறக்கக் கறக்கத் தோள் பட்டை விட்டுப் போனாலும் போகும் மாட்டுக்கு மடி குன்றாதாமே! ‘அபிதா, ஒரு மாட்டுப்பாலே உங்கள் ஊருக்கு சப்ளை பண்ணி மிச்சத்தைப் பயிருக்குப் பாய்ச்சலாம்,’ நிஜமாவா மாமா?”

உயிர் தன் முழு ஆச்சர்யத்தில் விரிந்த கண்கள்.

கொடுக்கும் அரி போன்று நீண்டு நுனி வளைந்து, என் நெஞ்சை அறுக்கும் ரம்பை மயிர்கள்.

அபிதா, உன் சித்தியின் தம்பி சொன்னது மெய்தான். ஆனால் அவன் ஏன் சொன்னான்? அவனை நான் முந்திக் கொள்ள முடியவில்லையே எனும் ஆத்திரத்தையும் எனக்கு நீ ஏற்படுத்தி விட்டாய். இந்த ஏக்கம் போதாதென்று அதை நீ இன்னும் அறியவில்லை எனும் வேதனை வேறு என்னை வாட்டுகிறது.

மந்தை நகர ஆரம்பித்தது. மாட்டுக்காரப் பையன் ஓட்டி நகரவில்லை. தான் நிறைந்ததை உணர அது அவனை

நம்பியில்லை. இன்றைக்கு இதற்கு மேல் மாடுகள் வருவதற்கில்லை. இன்றைய நிறைவு இவ்வளவுதான் என மந்தை எப்படியோ மொத்தாகாரமாய் உணர்ந்து, அந்த உணர்வின் உந்தலில் தானே நகர ஆரம்பித்து விட்டது. இதற்கு எப்படி அதன் அன்றன்றைய நிறைவு தெரிந்து விடுகிறது?

இதுவே ஒரு உலகம் தான். எத்தனையோ தாய்கள், தந்தைகள், எத்தனையோ கன்றுகள், தாயின் கன்று தானும் தாயாகி, தன் கன்றை வீட்டில் தொழுவத்தில் விட்டு விட்டு, இங்கு வந்து கலந்து, மாலை வந்ததும், கன்று நினைப்பு வந்து தன் இடம் தேடி ஓடி விடுகின்றது.

மந்தையோடு நகரும் தம் வழியில், இரண்டு பசுக்கள் எங்கள் பக்கத்தில் வருகின்றன. முக ஒற்றுமை, கண்களைச் சுற்றிய வெள்ளைக் கரை, கொம்புகளின் வளைவில் அதே கோணல், நெற்றியில் ஒரே மாதிரியான வெள்ளைத் திட்டு –

இவை தாயும் கன்றுமாவே இருக்கலாம்.

தாயும், தானும் தாயாகிவிட்ட தாயின் கன்று.

கன்றின் தாயாகிவிட்ட தாயின் கன்று, இங்கு, மந்தையில் தன் தாயை அடையாளம் கண்டு கொள்ளுமோ? இல்லை நானும் ஒரு மாடு நீயும் ஒரு மாடு எனும் போட்டி அடையாளம் மட்டுந்தான் நிற்குமோ? உடனே கூடவே ஒன்றுக்கொன்று ஆத்திரம், ஒரே இனமாயினும் உயிருக்கு உயிர் உள்ளூரப் புழுங்கும் உள்பகை – இதுதான் அறியுமோ?

"மாமா மாமா!" அபிதா அலறினாள்.

ஒரு கணம் தப்பியிருந்தால் என்னை அது கீழே தள்ளி நான் மந்தையின் குளம்புகளடியில் மிதிபட்டுத் துவையலாகியிருப்பேன்.

அது என்னை உராய்ந்து சென்ற வேகத்தில், என் நெற்றிப் பொட்டில், புருவ மத்தியில் பின் மண்டையோட்டுள் மின்னல்கள் பறந்ததுதான் அப்போது அறிவேன். மின்னல்களின் பொளிசல்கள் – பொளிசல்களின் ஒளித்துடிப்புகள் –

கோபம் சிந்தும் செவ்விழிகள்.

கீழ்வாய்ப் பல்வரிசையில் இளித்த குரூரம்.

விறைத்த வால் நுனியில் மயிர்க் குஞ்சம் கொடி கட்டிப் பறந்தது.

முரசு கொட்டத் தூக்கிவிட்ட முன்னங்கால்கள்.

நாபியினின்று நீண்டு எட்டி எட்டி நாக்கு ஜெவெ ஜெவெனத் தவித்தது.

குப்பென்று மேலே அலைமோதிய ஆண்வாடை.

எங்கள் கண்கள் சந்தித்தன. சட்டென அபிதா முகத்தை திருப்பிக் கொண்டாள். அவள் கன்னங்களின் பிழம்பில் என் அந்தக்கரணத்தில் நான் எரிந்து போனேன்.

பிறகு எங்களால் ஒருவரையொருவர் சரியாக முகம் கொடுத்துப் பார்க்க முடியவில்லை. இடையே, காற்றில் எழுதிய ஸன்னக் கோட்டில் காளையின் உருவம் எழுந்தது. அதன் திமில் மேல் எங்கள் கண்கள் தாம் ஒன்றையொன்று கவ்விக் கொண்டன. உடனே பயம் கொண்டு ஒன்றுக்கொன்று முதலை வாயினின்று விடுபெற முயன்றன.

அவள் லஜ்ஜையில் அவள் தகதகக்கிறாள்.

சாவித்ரி என் வேதனை அறிவாளா? இன்று என்னவோ அவள் குருக்கள் வீட்டுப் பெண்டிருடன் அலாதியாக ஒட்டிக் கொள்கிறாள். தன் பெட்டியைத் திறந்து சாமான்களையெடுத்து வெளியே போடுவதும் அபிதாவின் காதில் கம்மல் ஒத்திப் பார்ப்பதும் – மாறி மாறி பண்டங்களைப் பற்றி அவர்கள் பேசுவதும் – அது என்ன அவ்வளவு பேச்சு இருக்குமோ! பேசினதையே பேசிப் பேசி அலுக்காத பேச்சு.

நான், திண்ணையில் உட்கார்ந்து, மடியில் ஏதோ புத்தகத்தில் நினைவு ஊன்ற முயல்கிறேன். ஆனால் ஏடுகள் தாம் புரள்கின்றன.

பிற்பகலாயினும் வெய்யிலின் வெப்பம் இன்னும் தணிந்த பாடில்லை. சுவர் சுடுகிறது. உயிரோடு சிதையில் வைத்தாற் போல் உடம்பு எரிகிறது.

இங்கிருந்து பார்க்கையில், கொல்லைப் புறத்தில், அதையும் தாண்டி மரங்களில், கிளைகளில் இலைகளின் சந்தில் கானல் நடுங்குகிறது.

ஒரு குரங்கு, தாய்க் குரங்கு, அதன் வயிற்றைக் குட்டி பற்றிய வண்ணம் அனாயாசமாய்க் கிளைக்குக் கிளைத் தாவுகிறது. குரங்கும் பத்திரம் குட்டியும் பத்திரம். நம் போல் விளிம்பில் தத்தளிப்பு அதற்கில்லை. அதன் பிடி குரங்குப் பிடி.

பின்னால் சலசலப்பு கேட்டுத் திரும்புகிறேன். சாவித்ரியின் புதுப்புடவையைக் கட்டிக் கொண்டு, தலைகுனிந்தபடி அபிதா

நிற்கிறாள். அவள் பின்னால் அவள் தோளைப் பற்றிக் கொண்டு, இளவரசியின் தாதி போல் சாவித்ரி.

மூக்குப் பொடிக்கலர். அதையொட்டி அவள் முகம், முழங்கைக்குக் கீழ்பாகம், சந்தன வெண்மை பளீரிடுகின்றன. இப்பொழுதுதான் கவனிக்கிறேன், வெட்கமும் சந்தோஷமும் குழுமிய அவள் முகம் நிமிர்கையில், அபிதாவின் கண்கள் முழுக் கருமையில்லை. கரும்பழுப்பு. கறுப்பு உடுத்தினால் அதற்கேற்றபடி விழிகள் நிறம் மாறுமோ என்னவோ? – சட்டென்று அவள் என் காலில் விழுந்து நமஸ்கரித்தாள். பின்னல் பாம்பு போல் என் பாதத்தில் லேசாய்ப் பட்டது. புல்லரித்துப் போனேன்.

"வாயில் கொழுக்கட்டையா? நமஸ்காரம் பண்றாள், ஆசீர்வாதம் பண்ணுங்களேன், சுருக்க கல்யாணம் நேரட்டும்னு!"

சாவித்ரி, என் வேதனை அறிந்துதான் சொல்றையா?

இப்போது நீங்கள் இருவரும் சேர்ந்து செய்த சதி.

இவள் வெற்றிய உன் வெற்றியா?

என்னிடம் எதை நிரூபிச்சு ஆறது?

என் நெஞ்சையா, இவள் நிறத்தையா?

பாபி!

நான் மௌனமாய் எழுந்து அவ்விடம் விட்டு அகல்கிறேன். சாட்டையின் கொடுக்குப் போல் சாவித்ரியின் வார்த்தைகள் என்னைத் துரத்துகின்றன. "மாமா ஒரு சமயம் அப்படித்தான் இருப்பா – நீ ஒண்ணும் தப்பா நினைச்சுக்காதே."

இங்கு ஏன் வந்தேன்?

வரவர செயல்களில் நினைவு பொருந்தவில்லை. அல்ல நினைவோடு செயல் பொருந்தவில்லை. எது முன் எது பின்? முரட்டுக் குதிரைத் தனித்தனியாக திமிர்கின்றன. எது முன் எது பின்? இதிலேயே நினைவு குழம்புகிறது.

இல்லையேல் மீண்டும் கன்னிக்குளத்துக்கு எப்போது வந்தேன்? கண்ணைக் கட்டித் தட்டாமாலை சுற்றி வந்து விட்ட இடத்தில் கட்டை எடுத்து விட்டால் போல் என்னைச் சுற்றி விழித்துத் திகைக்கிறேன். விட்ட இடத்தில் தொட்டாற் போல் வெள்ளைக் கூழாங்கல்லை உள்ளங்கையில் ஏந்தியபடி நிற்கிறேன்.

ஓ, எங்கள் ரஹஸ்யம் ஆராயத் திரும்பவும் வந்திருக்கிறாயா? எல்லாம் புரிஞ்சு போச்சு. நாங்கள் தான் பாக்கியாக்கும்! அவ்வளவு சுலபமா நாங்கள் புரிஞ்சு போமா? முதலில் என்னை எடுத்துக் கொள். நான் கிடந்த இடத்திலிருந்து என்னை இப்போது எடுத்தாய். ஆனால் நீ எடுக்கும் வரை நான் இருந்த இடத்தில் எத்தனை காலம் கிடந்திருப்பேன் என்று உன்னால் யூகிக்கவாவது முடியுமா? கேவலம் இந்த சம்பவம் நேர்வதற்குள் கடந்திருக்கும் காலம் உங்கள் கணக்கில் உன் வயதைப் போல் எத்தனை விழுங்கியிருக்கும் அறிவையோ? முன் செயல், பின் செயல், தற்செயல், செயல் வயதுகளின் கோடு அழிந்த நிலை உன்னால் நினைத்துப் பார்க்க முடியுமோ?

பிறக்கும் போதே சாகப் போகிறேன். சாகத்தான் சாவேன் எனச் சாகும் சித்தத்தில் உருவெடுப்பாய்ப் பிறக்கிறீர்கள். ஆதலால்

வயதைப் பற்றியன்றி வேறு நினைப்பு உங்களுக்கு ஏது? சாகவும் தைரியமில்லை. பிறக்கவும் வெட்கமில்லை. இரண்டும் உங்களை விடவும் இல்லை. பேச்சுக்கும் குறைச்சலில்லை. கை நிறைந்து வந்து, விரலிடுக்கில் கொண்டு வந்ததை வழிந்து ஓட விட்ட பின், உள்ளங்கையை நக்கிக் கொண்டு, கொண்டு வந்ததையெல்லாம் கண்டுகொண்டேன் என்று நீங்கள் அடிக்கும் தம்பட்டத்தில் யாரை ஏமாற்றுவதாய் நினைத்துக் கொண்டிருக்கிறீர்கள்? பாவம்! உன் வயதுக் கணக்கில் என்னை அளவெடுத்தால் உன்னைப் போல் எத்தனை பேரை விழுங்கியிருப்பேன் தெரியுமா? எங்களுக்கு அறியக் கூடத் தெரியாது. அறிஞ்சு என்ன ஆகணும்? அறிய அறிய துன்பம் எது குறையுது? அதிகம் தான் ஆகுது. காத்திருப்பதும் – எதற்காக என்று கூட எங்களுக்குக் கவலையில்லை – காவல் கிடப்பதும் தான் எங்கள் ரகஸ்யம். நீ வேணுமானால், முடியுமானால், தேடி எடுத்துக் கொள்.

நாங்கள் கரையாகவும், படுகையாகவும், கல்வடித்த கண்ணீரே இந்தக் குளமான காரணம் கண்டுபிடி. இதெல்லாம் லேசா? எங்கள் ரஹஸ்யம் புரிந்து கொள்ள, முன்னால் உன் சிக்கிலிருந்து விடுபடு. இடம், பொருள், ஏவல், காலத்தின் ஒன்றையொன்று இழுப்பில் நீ மாட்டிக் கொண்டிருக்கிறாய் –

பிரசங்கம் – சீ!

கூழாங்கல்லை வீசி எறிகிறேன்.

கிளுக் –

ஜலத்தில் விழுந்து கொண்டே அது சிரிக்கிறது. அத்துடன் சேர்ந்து கன்னிக்குளமும் சிரிக்கிறது. என் நிலைகண்டு எல்லாவற்றிற்கும் கேலி. இந்த சமயத்தில் ஒன்று தெரிகிறது. உலகத்தில் உயிர் இல்லாத பொருளே இல்லை. அது அது தன் தன் பழிவாங்க சமயத்திற்குக் காத்திருக்கும் பொருள் தான். யாவும் பழி வாங்கும் பரம்பரை.

சீற்றம் என்னைப் பற்றிக் கொண்டது. எறிந்த கல்லைத் தொடர்ந்து நானும் குளத்தில் குதித்தேன்.

One.

Two.

Three.

தண்ணீர் மும்முறை என் மேல் கலைந்து மூடுகிறது. மூழ்குகிறேன். மூழ்கிக் கொண்டேயிருக்கிறேன். இன்னும்

அடிதட்டவில்லை. ஏது, இந்த வெய்யிலில் இவ்வளவு ஆழமா? அம்மா, என்ன குளு குளு! எத்தனை வருடங்கள், இது போல் ஆற அமிழ குளித்து! இங்கு விட்டுப் போன பின், மறுபடியும் இப்பத்தான். வருடங்களின் சுமை, சோர்வுகளை ஜலம் கழுவி விடுகையில் அம்மாடி! என்ன இதவடி! மீறி என்னை 'அம்மா' சொல்லி அம்மாவையே நினைக்க வைக்கிறது. அம்மா என் கையில் ஜலமே உன்னைத்தான் துதிக்கிறேன். என் தாய் கூடத் தன் கடைசி வேளையில் உன்னில் தான் புகுந்தாள். நானும் உன்னிடமே வந்துவிட்டேன் அம்மா போதுமடா ஜன்மம். அம்மா உன் ஜல ரூபத்தில் உனக்கு முகமில்லை, தலையில்லை, கையில்லை, காலில்லை. எல்லாம் வயிறு. கரையில்லா வயிறு. அதனால் தான் 'மா'விலும் பெரிசு அம்மா. மீண்ட கர்ப்பம் மீண்ட சொர்க்கம் இருளோடு இருளாய் நான் எனத் தனிப்படுவதன் வேதனையிலாது வேறெங்கு இவ்வாறு முழுமையில் இயங்க இயலும்?

ஆனால் இத்தனையும் மூச்சின் 'தம்' இருக்கும் வரை குளுமையில் ஆழ்ந்து கொண்டே போகையில் காணும் ஆசைக் கனவுதான். பிராணனின் விம்மலில் மார் வெடிக்கையில், தொண்டை தூணாய்ப் புடைக்கையில், இத்தனை வருடங்கள், கைகள், புஜங்கள், கால்கள், தொடைகளில் உறங்கிக் கிடந்த நீச்சல் திரும்ப விழித்துக் கொள்கையில், மூச்சு மூச்மூச் மூச்மூச் மூஊஊ – உணர்வு காலத்தின் ஆழத்தின் அடியையே தொட்டுவிட்டு, உடல் உதைத்துக் கொண்டு பந்து போல் மேல் எழுகிறது.

தலையை உதறி, விழிகளை அடைத்த ஜலத்தை உதறி சுற்றுமுற்றும் பார்க்கிறேன். இது ஒரு புது விழிப்பு.

கரையில் கைகளைப் பிசைந்து கொண்டு அபிதா நிற்கிறாள். நான் திகைத்துப் போனேன்.

"அபிதா நீ இங்கு எங்கு வந்தாய்? என் பின்னாலேயே வந்தையா?"

அவள் பேசவில்லை. வாயடைத்துப் போய் உதடுகள் தவித்தன. அவள் விழிகள் என்னை விழுங்கின.

"நான் முழுகிப் போயிட்டேன்னு பாத்தையா?"

அவள் முகத்தின் திகில் கலைந்தது.

"அட அசடே, பயந்துட்டையா? நீயும் வாயேன்! உனக்கு நீச்சல் தெரியுமா? தெரியாட்டா நான் பார்த்துக்கறேன் கவலைப்படாதே.

இங்கே இந்த வேலைக்கு யாரும் வரமாட்டார்கள். நீயும் நானும் தான் தைரியமா இறங்கு...”

இடுப்பு முடிச்சில் கையுடன் தயங்கினாள்.

“புடவை நனைஞ்சுபோமேன்னு பயமா? கரையிலேயே சுருட்டி வையேன்! வெட்கமா? நான் வேணுமானால் இதோ முழுகிடறேன். நீ கழுத்துவரை இறங்கினப்புறம் இருவரும் ஒண்ணுதான், சரிதானே! இதோ ளிஸீமீ, மீஷ்ஷீ, மீலீக்ஷீமீமீ!”

மூழ்கி எழுந்து கண் திறந்ததும், வாசலில் கயிற்றுக் கட்டிலில் நான் கிடக்கக் கண்டேன். வானில் கூடை கூடையாக வாரிக் கொட்டியிறைந்து கிடந்த நக்ஷத்திரங்கள் கண் சிமிட்டி என்னை ஏளனம் செய்து கொண்டிருந்தன.

வாசற் கதவு இறுக அடைத்திருந்தது.

உள்ளே சாவித்ரிக்கும் அவள் சித்திக்கும் நடுவே படுத்த வண்ணம் அவள் பத்ரமாயிருப்பாள்.

எங்கோ நாய் குலைத்தது.

நள்ளிரவில், என்னின்று எழுந்த பெருங்கேவலில் நானே பயந்து போனேன். அடிவயிற்றில் கிளம்பிய மூச்சு அப்படியே உச்சி மண்டைவரை சுழித்துக் கொண்டு போய், தான் எழும்பிய வேகத்திலேயே கூரையில் அடிபட்டு விழும் பக்ஷி போல் தடாலென்று விழுந்தது.

பிறகு தான் அழுகை வந்தது.

இரக்கமற்ற நக்ஷத்ரங்கள்.

இரக்கமற்ற அமைதி.

இரக்கமற்ற அழுகை.

"மாமீ! மாமாவை எண்ணெய் தேய்ச்சுக்கச் சொல்லுங்கோ! வந்த அன்னிக்கே நான் சொல்லியிருக்கணும். ஆனால் அப்போ எண்ணெய்ச் சட்டி காலி. 'கப்சிப்'புனு இருந்துட்டேன். என்ன சொல்றேள், பழக்கமில்லையா? நன்னாச் சொன்னேள் போங்கோ! இந்தக் கந்தக பூமியிலே எண்ணெய் முறை தப்பிப் போச்சுன்னா, நடந்துண்டு இருக்கறத்துலேயே சொக்கப்பானையா எரிஞ்சு போயிடுவோம், வரட்டியே வேண்டாம். நாமா ஏன் பஸ்மாசூரம் பண்ணிக்கணும்? அவரையே மாமா தலையிலே ஒரு கை வெக்கச் சொல்றேன். மிளகாய்ப் பழம், இஞ்சி, புழுங்கலரிசி எல்லாம் போட்டுக் காய்ச்சி வெச்சிருக்கேன். உடம்புக்கு ஒண்ணும் பண்ணாது. இஞ்சியைக் கடிச்சுத் தின்னச் சொல்லுங்கோ. கரகரன்னு பிஸ்கோத்து தோத்துடும். அத்தனையும் சத்து. எங்கே போயிட்டார் எங்காத்துப் பிராம்மணன்? சமயத்தில் காணாமல் போறதில் வரப்ரசாதி!"

கடைசி வார்த்தைகள் திடீரென கர்ஜனையில் உயர்ந்தன.

ஆனால் குருக்கள் எங்கேயும் போய்விடவில்லை. கையில் எண்ணெய்க் கிண்ணியுடன் திடீரெனச் சுவர் மூலையிலிருந்து முளைக்கிறார். மறுகையில், திடீரென எங்கிருந்தோ, செப்பிடு வித்தை போல் ஒரு மணை தோன்றிற்று. குட்டி மணை.

என் தோளை மெதுவாய் அழுத்தி, மணை மேல் என்னை அமர்த்தி, தலையில் எண்ணெயும் வைத்தாகி விட்டது. எல்லாம் அரை நிமிஷம்.

உடனே 'பரபர' தேய்ப்பில் மண்டை 'கிர்ர்ர்' – தலை வயிற்றுள் போய்விட்டது. மண்டையுள் மத்துக் கடைந்தது.

கரடி மலையை விட்ட பின் எண்ணெய் மறுபடியும் இப்போத்தான்.

கடியார முள்ளை இப்படியும் திருப்ப முடியுமோ?

எண்ணெய் ஸ்நானம் இந்தப் பக்கத்து விருந்தோம்பலின் இன்றியமையாத சடங்கு.

இத்தனை வருடங்களுக்குப் பின் இப்போது தேய்த்துக் கொள்வதால் எனக்கு என்னவானாலும் இதைத் தப்ப முடியாது.

அதிதி வாசற்படியேறி, திண்ணையில் உட்கார்ந்ததும், வீட்டுக்காரி ஏந்தி வந்த தம்ளர் தண்ணீரை, உப்போ தித்திப்போ, தேவையோ இல்லையோ, குடித்தாக வேண்டும். பிறகு தான் கால் அலம்பவே உள்ளே அனுமதி. பிறகு நாகரிகத்தின் அறிகுறி காப்பி என்ற பேரில் காவித் தண்ணீரின் குமட்டல் அடங்கினதோயில்லையோ, "வாடாப்பா எண்ணெய் தேய்ச்சுக்கோ" –

ஐயையோ என்ன நடக்கிறது?

கண்ணில் ஒரு கரண்டி எண்ணெய், விழிகளில் திடீரென வைத்த நெருப்பில் உடலே நெளிகிறது.

"உஸ் அப்பப்பா!"

தொண்டையில் எச்சில் கொழகொழத்துக் கடைகிறது. விழியுள் என்னைச் சூழ்ந்து கொண்ட மதுரை எரிப்பில், எங்கிருந்தோ ஒரு குரல் – குருக்கள் அல்ல; வந்த அன்று பேசின பின் அந்த மனிதன் வாய் அனேகமாய்ப் பூட்டுதான் – ஒரு குரல், மந்திர உச்சாடனம் போல்:

"நாள் கழிச்சுத் தேய்ச்சுண்டாலே இப்படித்தான். கண்ணிலிருந்து ரெண்டு சொட்டு ஜலம் கழண்டால் சரியாப் போயிடும். மாமாவைக் கையைப் பிடிச்சு அழைச்சுண்டு போங்கோ. அபிதாவை வென்னீரை விளாவச் சொல்லியிருக்கேன். நான் கடைவரைக்கும் போய் வரேன், கண்டந்திப்பிலி வாங்க!"

பேசிக் கொண்டே குரல் தூரத்தில் ஓய்ந்தது.

என்னை ஒரு கை பிடித்தது. மெதுவாய்த்தான். என்னுள் சினம் மூண்டது. என்னைப் பிடித்த கையை வெடுக்கென உதறினேன். உதறின கை என்னைத் திரும்பவும் பிடிக்க முன்வரவில்லை.

ஐயோ, விழிவயண்டு விடும் போல் வதைக்கிறதே! கண்ணைக் கசக்கிய வண்ணம், நடுக்கூடத்தில், நடுக்காட்டில் நிற்கிறேன்.

என் பக்கத்தில் ஒரு சிரிப்பு. விழித்துப் பார்க்கிறேன். நல்ல கண்களே நெற்றிக் கண்களாகி விட்டன.

என் அவஸ்தை சாவித்ரிக்கு நகைப்பு. நகைக்க இப்போ அவள் முறை.

சிந்திய கௌரவத்தைத் திரட்டி, நிமிர்ந்த முதுகில் சுமந்து கொண்டு, கொல்லைப்புறம் செல்கிறேன். விழி தெறிக்கிறது. தலை சுற்றுகிறது. காலடியில் ஏதோ தடும் –

"ஐயோ!"

அபிதா அலறினாள்.

ஒரு கை என்னைப் பிடித்துக் கொண்டது. உதறினேன்.

ஆனால் இந்த சமயம் குருக்கள் என்னை விடுவதாயில்லை. என் கூச்சம், கோபம் அவருக்குச் சட்டையில்லை. என்னை அழுத்திப் பிடித்துக் கொண்டு, முதுகில் சீயக்காய்க் குழைவைப் பூசித் தேய்க்கிறார்.

முதுகுத் தேய்ப்போடுதான் எண்ணெய்ச் சடங்கு பூர்த்தி.

கறீல் –

ஸன்னமானதோர் வெம்மை, பிடரியில் கண்டு, வேர் பிரிந்து, ஆணி வேர் நடுமுதுகில் இறங்குகிறது.

மண்டையும் நினைவும் அமிழ்ந்து கிடக்கும் அரைமயக்கத்தில், விழிகளில் எண்ணெய்க் கரிப்பின் முழுக்குருடில், சூடு என்று தவிர, சட்டென அடையாளம், உணர்வில் உடனே கூடவில்லை.

சுட்டிய விரல் நுனியின் ஈர்ப்பில் புருவ நடுவைத் துருவும் வேதனை போல் உடல் பூரா, காலிலிருந்து தலைநோக்கி ஒரு காந்தம் ஊடுருவிக் கடுத்தது.

மொண்டுமொண்டு, தலையிலும் தோளிலும் மாறிமாறிக் கொட்டிக் கொள்கிறேன். ஆனால் பிடரிமேல் நூல்பிடித்து விழுந்து கொண்டிருக்கும் இந்தக் கிண்டி நீரின் நெருப்பு, தந்தியறவில்லை. நேரே முதுகுத் தண்டிலிருந்து நரம்பு தானே கண்டு மீட்டும் இந்த இன்பமும் துன்பமும் ஒரே பங்கில் கலந்த இந்தத் தவிப்புக்கு ஈடு, பூமியைப் பிளந்து கொண்டு புறப்படும் முளையைச் சொல்வேனா?

கோத்து வாங்க மறந்து, உள்ளுக்கிழுத்த மூச்சு உள்ளுக்கே இன்னும் இன்னும் இன்னும் – ஐயையோ! – இன்னும் இழுத்துக் கொண்டே போகும் இரக்கமற்ற தன்மையில், இந்த அபிஷேக தீர்த்தம், ஒரே சூட்டுச்சரடு, சதையுள் இறங்கி, அங்கங்கே ஏதேதோ மந்திரங்கள் புரிகின்றது. நாளடைவில், என் மூதாதையர் நாளிலிருந்தே, பரம்பரையாய் ஓய்ந்து போன யந்திரங்கள், ஏதேதோ சக்கரங்கள், தம்தம் முதல் சுற்றில், ரத்தத்தில் அசைய ஆரம்பிக்கின்றன.

இதென்ன, ப்ரக்ஞையுடன் புதுப் பிறவியின் பயங்கரம், ஆச்சர்யம், தோலுரிப்பு, அழல் நடுவில் ஸ்புடம், தபோக்னியின் கானல் நடுக்கம், கண்ணிருட்டு, விடியிருள், பிறந்த மனதோடு பிறந்த மேனியின் விடுதலை. காலமாய் உடலின் சருமத்வாரங்களை, நெஞ்சின் சல்லடைக் கண்களை அடைத்துக் கொண்டிருந்த அழுக்குகளின் எரிப்பில், பழைய வேகத்தை மீண்டும் பெற்ற புத்துணர்வில், ஜீவநதியின் மறு ஓட்டம், ஆதார ஸ்ருதியின் தைரியமான, கம்பீரமான மீட்டலின் சுடர்தெறிக்கும் சொடசொடப்பு, காண்டீபத்தின் டங்காரத்தில் உடல் பூரா, உணர்வு பூரா, மனம் பூரா ஜல் ஜல் ஜல் சிலம்பொலி!

கண்ணைக் கசக்கி இமை சிமிழ் திறந்ததும்

கண் கரிப்புடன் திரையும் கழன்று விழுந்து

சித்திரத்துக்குக் கண் திறந்த

விழிப்பு.

என்னைச் சூழ்ந்து கக்கும் வென்னீரின் ஆவியினின்று என் புதுத் துல்லியத்தில் புறப்படுகிறேன்.

உலையிலிருந்து விக்ரகம்.

வென்னீரின் ஆவி கலைகையில், புலனுக்குப் பிதுங்குவது, பனிங்கிலடித்தாற் போன்று, நெருக்கமாய் நின்ற இரு பாதங்கள், அங்கிருந்து முழங்காலை நோக்கி விழியேறுகையில், பிடிப்பான கண்ட சதையின் வெண் சந்தனப் பளிச்சில், பச்சை நரம்பின் ஓட்டம் கொடி பிரிகிறது.

அம்பா! உன் பாத கமலங்கள் எனக்கு மட்டும் தரிசனமா?

அப்படியானால் நீ உண்டா?

உன் பாதங்கள் தந்த தைரியத்தில்

உன் முகம் நோக்கி என் பார்வை எழுகின்றது.

ஓ, உன் முகம் அபிதாவா?

உடல் பூரா நிறைந்த சிலம்பொலி, உலகத்தின் ஆதிமகளின் சிரிப்பா?

அபிதா, இப்போது என் பார்வையில் நீ உலகத்தின் ஆதிமகளாயின், நீ நீராட்டுவித்த ஞானஸ்னானத்தில் நான் ஆதிமகன்.

எனக்குத் தோன்றுகிறது. யாருக்குமே, ஏதோ ஒரு சமயம், இது போல் தரிசனம் நேரத்தான் நேர்கின்றது. மடிப்பு விரிந்தாற் போல், இதயம் திடீரென அகன்று அதனுள் எரியும் விளக்கு தெரிகிறது.

நான் தான் உன் பிறவியின் முழு ஒளி

உன் அவதார நிமித்தம்

உயிரின் கவிதாமணி

நீ அறியாது, தொண்டையில் மாட்டிக் கொண்டிருக்கும்

உன் கனவின், தூண்டில் முள்

தொன்று தொட்டு உலகின் ஆதிமகன், ஆதிமகளுக்கும்

உனக்கும் இன்று வரை வழிவழி வந்த தொந்தம்

வேஷங்கள் இற்று விழுந்ததும்

அன்றிலிருந்து இன்று வரை

மாறாத மிச்சம்

உனக்கு உன் அடையாளம்.

இந்த உதயம் தானாவே வந்து தோளைத் தொடுகையில், அதன் மோனச் சேதியை, அறிந்தோ அறியாமலோ வாங்கிக் கொள்ள, அந்த மோதலின் வேளையில், பாத்திரம் காத்திருக்கும் பக்குவத்துக்கேற்ப, ஒன்று – தன் மயமாக்கிக் கொண்டு விடுகிறது; அல்லது சதைத் தடுமனில் தெறித்து விழுந்த குண்டு போல், மஹிமை நீர்த்து மங்கி விடுகிறது.

என் பிறவியே என் பாக்யம், பிறவிக்குப் பிறவி பாக்யத்தின் பெருக்கு என என் மறுமலர்ச்சியில் நான் அறிந்த பின் பிறவியின் ஒவ்வொரு தருணமும் உயிரின் கவிதாமணியாகக் கண்டு கோத்த மாலையை ஆதிமகளின் பாதத்தில் காணிக்கையாச் சேர்ப்பேனோ? அல்ல அவள் கழுத்தில் மாலையாகப் பூட்டுவேனோ?

இது, இதுபோல இதுவரை காத்திருந்தும் நான் அடையாளங் கண்டு கொள்ளாததால் என்னைக் கடந்து போன தருணங்களின் வீணை நான் உணர்ந்து, வருந்தி, என் இழப்புக்கு உருகி, இனியேனும் ஏமாறாது காணத் தவிக்கும் ஏக்கத்திற்கேற்ப நான் பெறும் உக்ரத்தைப் பொறுத்தது.

சகுந்தலை!

அபிதா!

தரிசனி!

கரடிமலைச் சாரலில், பல்லக்குத் திரைவிலக்கி எனக்குக் கண் காட்டிய ராஜகுமாரி!

ஹிமவான் புத்ரி ஹைமவதி!

உங்கள் அத்தனை பேரின் பூர்வமுகியை இப்போது நான் பெற்ற உக்ரமுகத்தில் அபிதாவில் அடையாளம் கண்டு கொண்ட பின், நீங்கள் அனைவரும் நான் கண்ட முகத்தின் நாமார்ச்சனையாகத்தான் தெரிகிறீர்கள். இந்த சமயம், அபிதா, நீ கூட எனக்கு அவசியம் தானோ?

ஆனால் இது என் விசுவரூபத்தின் வியப்பு. இப்போது நீயும் எனக்கு ஐக்யமாதலால், உன்னை என்னிலிருந்து தனியாய்ப் பிரித்துப் பார்க்க இந்த வேளையில் வழியில்லை. ஆனால் வியப்புத்தான். சந்தேகமில்லை. நீயலாது விழிப்பு ஏது? அபிதா, நீ என் காயகல்பம்.

சாவித்ரி என்னைக் கவனிக்கிறாளோ? அவள் பார்வையில் கூர்மை என் மனப்ரமைதானோ? நான் போகையில், வருகையில் அவள் கண்கள் மெய்யாவே என்னைத் தொடர்கின்றனவோ? எங்கிருந்து திடீரென என் நடையில் இம்மிடுக்கு? குதிகால் குமிழ் பூமியில் பாவாத பரபரப்பு? என் கடைக் கண்ணில் அவ்வப்போது நான் உணர்ந்த தீப்பொறி? என்ன தான் அடக்க முயன்றும், உடலின் அசைவில், உள்ளே எரியும் ஜ்வாலையின் குபீர்? இந்தக் குங்கிலியம் எப்படி என்னுள் வந்தது? இதுதான் ஆத்மாவின் சுகந்தமா? திடீரென்று மட்டற்ற மகிழ்ச்சி. இந்த மகிழ்ச்சியில் சாவித்ரி முகத்தில் கூட அபிதாவின் சாயலை லேசாகக் காண்கிறேனோ? உடம்பு சரியாக இருக்கிறேனோ? திருட்டுத்தனமாய் வலதுகை நாடியை இடது கையால் பிடித்துப் பார்த்துக் கொள்கிறேன். சாவித்ரியின் ஆச்சர்யந்தான் என் ஆச்சர்யம் கூட.

துருதுருப்பு ஒரு நிமிஷம் சும்மாயிருக்க விடவில்லை. வாசலுக்கும் கொல்லைக்கும், கூடத்துக்கும், கூடத்தில் உருப்படியாயிருக்கும் ஒற்றையறைக்குமாய் அலைந்து கொண்டிருக்கிறேன்.

சாவித்ரி தூணோரம் உட்கார்ந்து மல்லி தொடுத்துக் கொண்டிருக்கிறாள்.

குருக்கள் எப்பவோ பூஜைக்குக் கிளம்பிப் போயாச்சு.

மாமி கையில் சொம்புடன் பால்காரியைத் தேடிப் போயிருக்கிறாள். அவள் எப்பவுமே இதுமாதிரி யாரையேனும் தேடிக் கொண்டிருக்கிறாள்.

அபிதா எங்கே? என் கண்கள் வேட்டையாடுகின்றன.

தற்செயலாய் பார்வை, கூடத்துச் சுவரில் பதித்த கைக் கண்ணாடியில் படுகிறது. அதில் நான் பார்த்த முகம் என்னைப் பார்த்ததும் திடுக்கிடுகிறேன். My God! குடி வெறியில் இந்த ஆள் யார்? ரத்த நாளங்கள் வெடித்துவிடும் போல் முகச் சிவப்பு.

கீழ்வானச் சிவப்பில் வெண் மேகம் தவழ்கையில் எவ்வளவு அழகாயிருக்கிறது! ஆனால் இந்தச் சிவந்த முகத்தில் புருவ நரைக்கோடு ஏன் ஒவ்வவில்லை? ஒவ்வாதது மட்டுமல்ல, தப்பாவே தெரிகிறது. என் செய்யலாம்? தேடுகிறேன்.

கண்ணாடியை ஒட்டிய மாடப்பிறை உள்புறம் சீமெண்ணெய் புகைக்கரி அடையாய் அப்பிக் கிடக்கிறது. ஒற்றை விரலால் தொட்டு, புருவத்தை விளம்புகிறேன். முழுக் கறுப்பு முடியாவிட்டால் செம்பட்டை சாதித்தால் கூடப் பரவாயில்லை.

கண்ணாடியில் சாவித்ரி என்னைக் கவனிப்பது கண்டேன். நாள் கணக்கில் ஏதேதோ கறையும் அழுக்கும் ஏறிய கண்ணாடியில், அவள் விழிகளின் வினா மட்டும் பளிச்செனத் தெரிகிறது. தொடர்ந்து ஆச்சர்யம். இத்தனை நாள் புரியாதிருந்த ஏதோ மூட்டத்தின் கலைப்பு... கண்ணாடியில் நான் கண்ட முகம் இன்னும் சிவக்கிறது! வெளியே விரைகிறேன்.

அபிதா எங்கே? கிணற்றில் ஜலமெடுக்கப் போயிருப்பாளோ? விடுவிடென மலை நோக்கி நடக்கிறேன்.

மலை தடுத்த மேகங்கள் மழை கொட்டுமோ கொட்டாதோ, தெரியாது. கொட்டலாமோ வேண்டாமோ எனத் தம்முள் குமைகின்றன. புழுக்கமோ அல்ல என் நடை வேகமோ. கழுத்தின் பின்னாலிருந்து வேர்வை சட்டைக்குள் வழிகிறது.

சாவித்ரி, என் ரகஸ்யம் உனக்கு வெளிச்சமாகி விட்டதோ? நீ கெட்டிக்காரி; தவிர, பெண் உன்னிடம் எத்தனை நாள் மறைத்து வைத்திருக்க முடியும்? நானாகச் சொல்ல நேர்வதை விட, நீயாவே உன் யூகத்தில் அறிவதே – அல்ல அறிந்ததே மேல். கேள்விகள், பதில்கள், மறு கேள்விக்கு எதிர்ச் சமாதானங்கள், சண்டைகள் – எவ்வளவு மிச்சம்! சமாதானம் பதிலாகாது. சமாதானாம் என்பதே நாணயமற்ற பதில். சந்தேகத்தின் ஊன்று விதை. சந்தேகம் நமக்குல் இனி ஏன்?

ஆனால் ஓரளவு இந்த நிலைக்கு நீதான் பொறுப்பென்பேன். ஊரை விட்டுக் கிளம்பு முன் இடமாற்றமாய் முதன் முதல் எங்கு செல்வது என்று நாம் யோசித்த போது, கரடி மலை பேரைச் சொல்லி நீதான் ஆசையை மூட்டி, சென்று போனதால், நான் செத்துப் போனதென்று நினைத்ததையெல்லாம் உயிர்ப்பித்து விட்டாய். சாவித்ரி, நானொன்று கண்டேன். எதுவுமே செத்துப் போகல்லையடி!

என்றுமே நான் களங்கமற்றவன் அல்ல. கரடிமலை நினைப்பு வந்துவிட்டதும் கூடவே கபடும் வந்துவிட்டது. ஆனால் ஒன்று. குற்றாலமும் கொடைக்கானலும் கோவளமும் இருக்க, சில பேருக்குச் செவிமடலில் கூடத் தொங்கும் குந்துமணிச் சதைதான் கண்ணுக்குச் சட்டென்று படுவது போல், கரடிமலை தான் உனக்கும் படணுமா? இதிலேயே விதியை நீ காணவில்லையா? இடையில் வந்த மனைவி நீ. என் விதியை நோக்கிச் செல்ல என்னை விடு சாவித்ரி. இதை நான் சொல்லாமலே புரிந்து கொள்ள உனக்குச் சக்தியுண்டு என்பதை நானறிவேன். எப்படியும் நீ என்னிலும் உயர்ந்த சரக்கு.

நான் நன்றியற்றவன். ஒப்புக் கொள்கிறேன். இப்போ நான் எதை வேண்டுமானாலும் ஒப்புக் கொள்வேன். ஆனால் என் நன்றியால் உனக்கு இனி என்ன பயன்? சரி, என் நன்றியை விட என் நாணயம் தான் இப்போது எனக்குப் பெரிதாயிருக்கிறது. போயேன். இது நாணயமல்ல. சுயநலம் என்பாய். சரி, அப்படித்தான், போயேன். எதை வேணுமானாலும் இப்போ நான் ஒப்புக் கொள்வேன். சுயநலத்தைக் காட்டிலும் பெரிய உண்மை எது? எனக்குக் காட்டு, உயிர் உண்டான நாளிலிருந்து எல்லாக் கேள்விகளுக்கும் ஒரே பதில். சுயத்தைத் தாண்டி கேள்வியுமில்லை, பதிலுமில்லை, உண்மையுமில்லை. இதை நான் சொல்வதே ஒரு சமாதானம் தான்.

வாழ்வு ஒரு கனவானால், அதை அறிய உணர்வற்று, இதுவரை விரலுக்கிடுக்கில் நனவாய் வழிந்தது போக, மிச்சத்தில் கனவை ருசிக்க, கனவாய் நிறுத்த இயலாதா? கனவு, நிலையாமை, நித்யம், அநித்யம் – இதெல்லாம் நாம் இருக்கும் வரை பேசும் பேச்சுத்தானே! எல்லாமே இருக்கும் வரை தானே!

இதென்ன சட்டென்று கன்னத்தில் மட்டும் ஈரக்காற்று? சாவித்ரி நீ துப்பினையா? 'தூ, அவள் உனக்குப் பெண்ணாயிருக்க வயஸாச்சு, இதென்ன அக்ரமம்? அடுக்குமா?' என்கிறாயா? சாவித்ரி. இது விட்ட இடத்திலிருந்து தொட்டுத் தொடர்ந்து வரும் விதியின் பழிவாங்கல். இது உனக்குப் புரியாது. எனக்கே புரியல்லியே. இது சகுந்தலையின் கோபம். சகுந்தலை செத்துப் போனபின் அவள் கோபமாக மாறி, என்னை ஆட்டுவிக்கும் ஆட்டத்தில், அபிதா என் பெண்ணோ, பெண்டோ, இது என் செயலில் இல்லை. அபிதாவில் நான் காணும் சகுந்தலை, என்னில் தன் அம்பியைக் காண மாட்டாளா? சகுந்தலையில் அபிதா, அபிதாவில் சகுந்தலை. ஒருவருக்கொருவர் ஒருவரின் இருவர் இவர்கள் தான் என் சாபம், விமோசனம், இரண்டுமே.

சாவித்ரி, என்னை மன்னித்துவிடு. மன்னிக்க முடியாவிடில் மறந்து விடு. இரண்டுமே இயலாவிடில், உன் கஷ்டத்துக்குப் பொறுப்பு நானானாலும், நீ படும் வேதனை உன்னுடையதுதான். நாளடைவில், பொறுப்பும் உன்னுடையதாகிவிடும். ஏனெனில் நான் என் விதியை நோக்கிச் செல்கிறேன்.

மலையடிவாரத்தில், கிணற்றடியில் சகுந்தலையை – இல்லை அபிதாவைக் காணோம். (பார், இப்பவே எனக்குக் குழம்புகிறது!) மலை மேல் போயிருப்பாளோ? இல்லை, அதற்கு ரொம்பவும் நேரமாகி விட்டதே! இல்லை, இருட்டே இறங்க ஆரம்பித்துவிட்டது. மலை, மலையாயில்லை. பிரம்மாண்டமான நிழலாக மாறி விட்டது.

மலையடிவாரத்தில் கையைப் பிசைந்து கொண்டு நிற்கிறேன்.

கரடிமலையே, நீதான் என் விதியோ? நான் எங்கிருந்தாலும் என் மேல் எப்பவும் விழுந்து கொண்டிருக்கும் நிழல் நீதானோ? கனவையும் நனவையும் ஒருங்கே தன்னுள் விழுங்கிய உன் நிழலின் சுயநலம் அதன் தன்மை யாது?

மலை மேல் இடி குமுறுகிறது.

இதுதான் உன் பதிலா?

அபிதா எப்பவோ தயாராயாச்சு.

அத்தனை இட்டிலியையும் அவளே வார்த்து, பற்றுப் பாத்திரங்களை அவளே தேய்த்துக் கவிழ்த்துமாகி விட்டது. இத்தனைக்கும் இன்னிக்கு ஏனோ தினத்தை விட அதிகப்படி வேலை. அவள் சித்தியின் சூழ்ச்சியாவே இருக்கலாம். ஆனால் காரியங்கள் மளமளவென முடிந்தன. உடைமாற்றிக் கொள்வது தான் பாக்கி. இன்று அபிதாவின் உடம்பில் பாதரஸம் ஓடிற்று! சினிமா என்றால் இந்தத் தலைமுறைக்கு என்ன பைத்யமோ? ஆனால் அபிதா பாவம்! அவள் ஆவலைப் பார்த்தால் வீட்டுச் சிறையை விட்டு எங்கேயும் போயிருப்பாள் என்று தோன்றவில்லை. சித்திதான் அவள் இடத்தையும் சேர்த்து அடைத்துக் கொண்டிருக்கிறாளே! இப்போக் கூட கடைசி நிமிடத்தில் சித்தி தடுத்து விடுவாளோ என்று பயம் கூட இருக்கும்.

சாவித்ரி பூத்தொடுத்துக் கொண்டிருக்கிறாள். ஈதென்ன நேற்றிலிருந்து ஓயாத தொடுப்பு! இவ்வளவு தொடுப்பலுக்குப் பூ ஏது? அவள் பூத்தொடுப்பைக் கண்டால் ஏதோ அச்சம் கொள்கிறது. எல்லாம் அறிந்து தன்னுள் தானடங்கி மேலிறங்கிய மோனத்தில் விதியின் தொடுப்பல்.

குற்றமுள்ள நெஞ்சு நுட்பம் ஒண்ணுமில்லாததில் கூட ஏதேதோ படிக்கிறது.

குருக்கள் தான் வீட்டுக்குக் காவல். அவர் தான் உண்மையில் மஹான். கட்டின பசுப்போல் தோன்றுகிறார். ஆனால் எதுவும் அவரிடம் ஒட்டவில்லை. வீட்டைப் பார்த்துக்

கொள்வது பற்றி மாமி ஏதேதோ உஷார்கள் சொல்லிக் கொண்டிருக்கிறாள்; இது போல் பழைய சமயங்களில் அவர் பார்த்துக் கொண்ட லக்ஷணம் பற்றி ஏசிக் கொண்டிருக்கிறாள். ஆனால் வார்த்தைகள் இந்தக் காதுள் நுழைந்து அந்தக் காதில் வெளிவந்து கொண்டிருக்கின்றன.

அபிதா கூடத்து அறையிலிருந்து வெளியே புறப்பட்டாள். சாவித்ரி தன் புடவையை உதவியிருக்கிறாள். அவள் உடல் விளிம்பெல்லாம் அவள் உள் ஒளி தகதகக்கின்றது. புடவையில் அங்கங்கே தெறித்த ஜரிகைப் பொட்டுகள், பூக்கள் தனித்தனியே உயிர் மூச்சு விடுகின்றன.

வண்டு மல்லாந்தாற் போல் என் விழிகள் அகன்று விட்டன. அதனாலேயே மற்றவர் காண்பதை விட நான் கூடக் காண்கிறேன்.

சாவித்ரி எழுந்து தான் தொடுத்த சரம் அத்தனையும் பந்து சுருட்டி அபிதாவின் தலையில் சொருகினாள்.

சித்தி ஒரு வழியாக குருக்களுக்குச் சொல்லித் தீர்த்துவிட்டு வந்தாள். அபிதாவைக் கண்டதும் அவள் முகம் புழுங்கிற்று.

"ஏண்டியம்மா, எல்லாப் பூவையும் உன் கொண்டையிலேயே வெச்சுத் திணிச்சுக்கணுமா? வாங்கின கையும் தொடுத்த கையும் தலைக்கு விரலை நறுக்கி வெச்சுக்கறதா?"

அபிதா சிற்பமாய் நின்றாள். அவளுக்கு நா எழவில்லை. தவழ்ந்து செல்லும் மேகத்தின் நிழல் போல், திகிலின் அழகு அவள் மேல் ஸல்லா படர்ந்தது. நெற்றிப் பொட்டில், மோவாய்ப் பிளவில், நெஞ்சுத் தழைவில், கழுத்தின் வெண்மையில் தெரியும் பச்சை நரம்பில், ரவிக்கைக்கு வெளியே தோள் எலும்புக் குழிவில், மார்த்துணி கீழ் ரவிக்கை முடிச்சுள் இறங்கி மறைந்த மார்பின் பிரிவில்...

எனக்கு நெஞ்சு வரள்கிறது. யாரேனும் ஒரு முழுங்கு தீர்த்தம் தந்தால் தேவலை.

கூடவே ஒரு ஆச்சர்யம். கரடிமலையில், பூமியின் இந்தக் கண்காணா மூலையில் இவ்வளவு அழகா? சிருஷ்டியின் விருதாவான செலவுக்கு வேறு சான்று என்ன வேண்டும்? பயனற்ற அழகு. திருவேலநாதனின் திருவிளையாடல் விசேஷம். இப்போ அபிதாவைப் பார்க்கையில் மனுஷியாகவே தோன்றவில்லை. எங்கிருந்தோ வழி தப்பி வந்து மருண்ட பிராணி.

நல்லவேளை, சாவித்ரி அவள் உதவிக்கு வந்து விட்டாள்.

"நமக்கென்ன மாமி. விரல் நறுக்கு போறாதா? சிறிசுகளுக்குச் சூட்டிப் பார்ப்பதுதானே நமக்கு சந்தோஷம்!"

தர்க்கம் மேலே தொடர வழியிலாது, பட்டாசுக் கடை பற்றிக் கொண்டது போல் 'பட்பட் படார்' சத்தம் கேட்டு எல்லோரும் வாசலுக்கு ஓடினர். நான் சாவகாசமாய்ப் பின் வந்தேன்.

மாமியின் தம்பி மோட்டார் சைக்கிளின் மேல் வீற்றிருந்தான். அந்த நாளில் ரஜபுத்ர வீரன் இதுபோல், சண்டையிலிருந்து குதிரை மேல் வீட்டுக்குத் திரும்பி வந்திருப்பான். முகத்தில் அவ்வளவு வெற்றி.

"என்னடா அம்பி இது?"

(ஓ, இவனும் 'அம்பி'யா?)

"மலிவா வரும்போல இருக்கு. என்ன அபிதா, வாங்கலாமா?"

மாமி எரிந்து விழுந்தாள்.

"அவளை என்ன கேள்வி? பெரியமேரு!"

"உன்னையென்ன கேள்வி? வாங்கப் போறவன் நான்!"

"ஆமாம், என்னைக் கேட்பையா? நான் என்ன உன் குதிகாலில் ஈஷிய சாணிக்கு சமானம்..."

"இதோ பார் அக்கா, இதனால் தான் எனக்கு இங்கே வரவே பிடிக்க மாட்டேன்கறது. உன் சண்டை ஸ்வாரஸ்யமா வேனுமிருக்கா, படு bore! வா அபிதா. பின்னால் ஏறு, நாம் போகலாம்!"

"நானா?" அபிதா பின்னிடைந்தாள்.

"நீதான், நீயேதான்! பின் என்ன உன் சித்தியா? பயப்படாதே. உம் ஏறு!"

"நன்னாயிருக்குடா வயசுப் பெண்ணை நீ கூப்பிடற லக்ஷணம்!"

"நீ ஒருத்தியே உடன் பிறந்தாள் போதும்போல இருக்கே! நான் யாரு உன் தம்பி, இவளுக்கு மாமா!"

"இல்லை இல்லை. நான் இவாளோடேயே வண்டியில் வரேன்."

அபிதா முகத்தில் வெட்கம், பயம். கூடவே அவள் அடக்கப் பார்த்தும் மீறும் ஒரு மகிழ்ச்சி.

வெறுங்கையாலேயே இவன் கழுத்தை நெரித்துக் கொன்று விட்டால் என்ன? இந்த சமயத்தில், என் உடல் பலம், ஆத்திர

பலம் அத்தனையும் என் இரு கைவிரல்களில் வந்து வடிந்திருப்பது எனக்கே தெரிகிறது.

பொறுமையிழந்து அவன் முகம் சுளித்தது. "உன் சித்தியேறி விட்டால் வண்டியில் அப்புறம் இடம் ஏது? இவா வண்டியில் வரத்துக்குள்ளே நாம் எட்டு ஊரை எட்டு தரம் சுத்தி வந்துடலாம். வா வா அபிதா, போகலாம், வாயேன்!"

அவன் குரல் கெஞ்சிற்று, கொஞ்சிற்று.

"சரி, சரி, சினிமாவும் டிராமாவும், உன் வெள்ளித்திரையில் பாக்கறது போறாதா, இங்கே வேறே நீ நடத்திக் காட்டணுமா?" சித்தி சீறி விழுந்தாள். அபிதாவிடம் திரும்பினாள். அவள் முகம் எள்ளும் கொள்ளும் வெடித்தது. முகத்தின் மறு சிலிர்த்தது.

"பொண்ணே, உனக்கு சினிமா போய்த்தான் ஆகணும்னா, ஏறித் தொலை! மாட்டேன், வரல்லேன்னு பேரம் பேசி யாருக்கு இந்தப் பூச்சு வேண்டிக் கிடக்கு? 'மாட்டேன்னா, வல்லேன்னா, தாரும் தாரும் வாழைக்காய் தாளம் போல் கோபுரம், கில்லாப் பரண்டி கீப்பரண்டி கிச்சு மூச்சு மாப்பிரண்டி' இன்னும் விளையாடிண்டிருக்கப் போறேளா? ஜானவாசத்துக்கு கார் வெக்கறோமோ யில்லையோன்னு கவலைப்பட்டுண்டு மாப்பிள்ளைப் பிள்ளையாண்டான் தானே வாஹனம் இப்பவே வாங்கிண்டு வந்துவிட்டான். என் தீர்மானத்தில் என்ன இருக்கு? பின்னால் தான் கையைப் பிடிக்கறது இருக்கவேயிருக்கு. இப்பவே அவன் உன் கையைப் பிடிச்சு இழுக்காமே நீயே போய் உக்கார்ந்துடு, இல்லே ஆத்திலேயே தங்கிடு... எங்களுக்கு நேரமாறது!"

"அக்கா! நீ அபிதாவை எங்கே தங்க வெச்சுடுவியோன்னு தானே நானே வந்திருக்கேன்!"

சிரிப்புச் சத்தம் கேட்டுத் திரும்பினோம். குருக்கள் திண்ணையில் உட்கார்ந்து பாக்கு வெட்டியால் கொட்டைப் பாக்கை நறுக்கிக் கொண்டிருந்தார். ஏன் இந்தச் சிரிப்பு? நடுவாய்க்காலில் இப்படி அழுக்குத் துணி அலசுவது கண்டா?

இல்லை, மரை 'லூஸா'?

அபிதா ஒன்றும் பேசவில்லை. பில்லியனில் ஏறி உட்கார்ந்து கொண்டாள். கன்னங்களில் மட்டும் இரண்டு சிவப்புத் திட்டு. மோட்டார் சைக்கில், புறப்பட்டு வெடி போட்டுக் கொண்டு கிளம்பிப் பறந்தது. பின்னால் ஒரு புழுதித் தொகை துரத்தி அதன் போக்கை மறைத்தது.

"தழையை அப்புறம் நாள் பூரா மெல்லலாம்; வண்டி பார்த்துண்டு வாங்கோ" என்று மாமி அதட்டிவிட்டு, திடீரென்று புருஷாளோடு பேசும் கூச்சத்தில் உடம்பையும் குரலையும் திடீரென்று குறுக்கிக் கொண்டு... (சகிக்கவில்லை, முகத்தைத் திருப்பிக் கொண்டேன்.)

"மாமா ரெடியாகல்லியா?"

"நான் வரவில்லை." ஏன் இப்படிச் சொன்னேன்? எனக்கே தெரியவில்லை. சாவித்ரி என்னை நேர் முகமாகப் பார்த்தாள்.

"இல்லை எனக்கு அலுப்பாயிருக்கிறது. உங்களுடன் குருக்கள் போய் வரட்டும். நான் வீட்டைப் பார்த்துக் கொள்கிறேன்."

என்னுள் புகுந்து கொண்ட அழும்பு சாவித்ரிக்குத் தெரிந்து விட்டது. மேலும் வற்புறுத்த வேண்டாம் என்று அவள் தடுத்து விட்டாள்.

வண்டி தட்டுத் தடுமாறித் தள்ளாடி கண்ணுக்கு மறைந்த பின் எந்நேரம் திண்ணையிலேயே உட்கார்ந்திருந்தேனோ தெரியாது. லேசாய் மாரை வலிக்க ஆரம்பித்து விட்டது. ஒரு வண்டு இடது புறம் கிளம்பி வலது பக்கமாய், உடலின் உள் சுவரில் முதுகுப்புறத்தைச் சுற்றி வந்து, இதயத்தைத் துளைத்துக் கொண்டு உள்ளே கட்டியிருக்கும் கூட்டில் தங்கி விண்விண் எனத் தெறித்தது. சில கணங்கள் கழிந்து மீண்டும் மீண்டும் இதே ப்ரதக்ஷணம். மார்பை இரண்டு கைகளாலும் பிடித்துக் கொண்டால் மட்டும் வலி விட்டு விடுமா? துருவல் அதிகரித்தது.

Heart Attack என்பது இதுதானா?

ஏற்கெனவே இதைப் பற்றி டாக்டரிடம் கேட்டதற்கு:

"நீங்கள் நினைத்துக் கொண்டிருப்பதை விடப் பன்மடங்கு அதிக வலி அந்த வலி. அடேப்பா! வலி ஏறிக் கொண்டே போகும் வேகத்தில், உச்சத்தில் வலிக்கிறது என்று சொல்வதற்குக் கூட உங்களுக்கு நேரமிருக்காது. நினைவு தப்பிவிடும். நினைவு மீண்டால் உங்களுக்கு மாரடைப்பு வந்ததைப் பற்றி நீங்கள் சொல்லிச் சொல்லிப் பெருமைபட்டுக் கொண்டிருக்க முடியும். மீளாவிட்டால் – well, அதைப் பற்றி, எதைப் பற்றியுமே உங்களுக்கப்புறம் என்ன?" என்று சிரித்துக் கொண்டே அவர் தைரியம் சொல்லியிருக்கிறார்.

இது சகுந்தலையின் கோபம்.

பிறகு அங்கு உட்கார்ந்திருக்க முடியவில்லை. ஆமாம், இந்தக் கந்தல் பாய்க்கும், ஓட்டைச் சொம்புக்கும் காவல் இல்லாவிட்டால் கெட்டுப் போச்சாக்கும்! அபிதாவும் இங்கு இல்லை. இனி எனக்கு இங்கே என்ன வேலை?

கதவு திறந்தது திறந்தபடி. நான் நடந்தேன்.

மார்பில் கொக்கி மாட்டிக் கரடிமலை என்னைத் தன்னிடம் இழுக்கிறது. உயிரைக் குடிக்கும் ஆலிங்கனத்தில் அணைக்க அதோ காலைத் தூக்கிக் காத்திருக்கிறது.

சகுந்தலையையும் இப்படித்தான் அன்று இழுத்திருக்குமோ?

சகுந்தலை எப்படிச் செத்திருப்பாள்? பச்சிலை ஏதேனும் தின்றாளா? என் பிரிவு தாங்காமல் இதயம் வெடித்தா? இல்லை நினைத்த சமயத்தில் யாதொரு பலவந்தமுமில்லாமல் உயிர் நீக்கும் சக்தி பெற்றிருந்தாளோ? "நினைத்தேன், செத்தேன்."

மேலே போய், ஆண்டவன் எனும் அந்த ஆள்விழுங்கியைத் தான் கேட்கணும். கேட்டு என்ன? எப்பவும் அவனிடம் அந்த அசட்டுப் புன்னகைதான் உண்டு. "அப்பப்போ நீ என்னென்ன நினைக்கிறாயோ அதுதான்" எனும் எதிலும் பட்டுக் கொள்ளாத பதிலுக்குத் தீர்வையேது?

எல்லாம் நிமிஷத்தின் முறுக்கேற்றம் தான். நேற்று நியதியையே மாற்றவல்ல விராட் புருஷனாய் உன்னை நினைத்தாய். இன்று என்ன? ஒரு துரும்பைக் கூட அதன் இடத்திலிருந்து அசைக்க நீ சக்தியற்றவன். முட்டாள், வெறும் சிந்தனை மட்டும் வாழ்வாகிவிடுமா? நீ சிந்தனைக்கே இரையாகி விட்டாய். பார், சற்று முன் உன் கண்ணெதிரேயே, அபிதாவை அவளிடமிருந்தே பிடுங்கி (உன்னிடமிருந்து பற்றுவது இருக்கட்டும் - எனக்குச் சிரிப்பாய் வருகிறது) தன் பின்னால் ஏற்றி வைத்துக் கொண்டு போய்விட்டான்! பட்பட்பட் - மோட்டார் சைக்கிள் சப்தம் உனக்குக் கேட்கவில்லை?

மார்பைத் துளைத்த வலி கூட மறந்து நின்றேன். ஆம், நினைவில் அல்ல. மெய்யாவே வெடி சப்தம் தூர இருந்து எட்டுகிறது. நினைவும் நனவும் இழைந்த சமயமே தெரியவில்லை. இந்தப் பக்கமாய்த்தான் நெருங்குகிறது.

புரிந்தது. அம்பிப்பயல், புதுவண்டி மோகத்தில் சவாரி பழகிக் கொண்டிருக்கிறான். அபிதாவுக்குத் தன் வரிசைகளைக் காட்டிக் கொண்டிருக்கிறான். கண்மூடி வேகத்தில் வருகிறான்.

ஆனால் என் கண்கள் இவனைப் பார்ப்பதற்கு இல்லை. அவன் பின்னால், கூந்தலும் ஆடையும் குலைந்து, காற்றில் மேலாக்குச் சிறகாட, முகத்தில் வேகவெறி கூத்தாடிக் கொண்டு

அடுத்த கணம் என்ன நேர்ந்ததென்று விளக்கமாய் அப்போது தெரியவில்லை. பின்னால் எண்ணியெண்ணி நெஞ்சுத் தழும்பில், நினைவின் செதுக்கலில் அவயவம் அவயவமாய்ப் பிதுங்கி நிற்கிறது.

மலையடியில் நந்தியா, நாயா தெரியாமல் குறைச் செதுக்கலில் விட்டு நின்ற கல்லின் மொத்தாகாரத்தில் சைக்கில் பெரும் சத்தத்துடன் மோதிற்று. (அதைத் தன் வழி விட்டுத் தகர்த்து எறிந்து விட வேண்டும் என்று அம்பிப் பயலுக்கு எண்ணமோ என்னவோ?) மோதிய வேகத்தில் பந்தாய் ஆள் உயரம் எகிறி பொத்தென்று பூமியில் விழுந்தது. அவன் ஒரு மூலை. அபிதா ஒரு மூலை –

இல்லை, என் கண்கள் அபிதாவைப் பார்க்கத்தான்.

அர்ச்சனையில், அர்ச்சகன் கையினின்று ஆண்டவன் பாத கமலங்களை நோக்கிப் புறப்பட்ட மலர் போல, அபிதா, மலை மேல் திருவேலநாதர் சன்னதி நோக்கி ஏறும் படிக்கட்டின் – ஒன்று, இரண்டு, மூன்றாவது படி மேல் உதிர்ந்து மலர்ந்தாள்.

தன் மேல் புழுதியைத் தட்டிக் கொண்டு அம்பி என் பக்கத்தில் வந்து நின்றான். அவனுக்கு ஒரு சிராய்ப்புக் கூட இல்லை. மயிர் தான் கலைந்திருந்தது.

எனக்கு மார்வலி நின்று விட்டது.

அபிதா எழுந்திருக்கவில்லை. இப்போக்கூட அவளைத் தொட ஏன் தோன்றவில்லை? அவள் முகத்தின் புன்னகை கூட மாறவில்லை.

மரத்திலிருந்து பொன்னரளி ஒன்று நேரே அவள் மார் மேல் உதிர்ந்தது.

சற்று எட்ட மோட்டார் சைக்கிள் பற்றி எரிந்து கொண்டிருந்தது.

– முற்றும் –